Impressum
Verlag: BABADADA GmbH, Nedderfeld 112 , 22529 Hamburg
Geschäftsführer / Verlagsleitung: Harald Hof
Druck: Books on Demand GmbH, In de Tarpen 42, 22848 Norderstedt

Imprint
Publisher: BABADADA GmbH, Nedderfeld 112 , 22529 Hamburg, Germany
Managing Director / Publishing direction: Harald Hof
Print: Books on Demand GmbH, In de Tarpen 42, 22848 Norderstedt

училище

ilé-ìwé

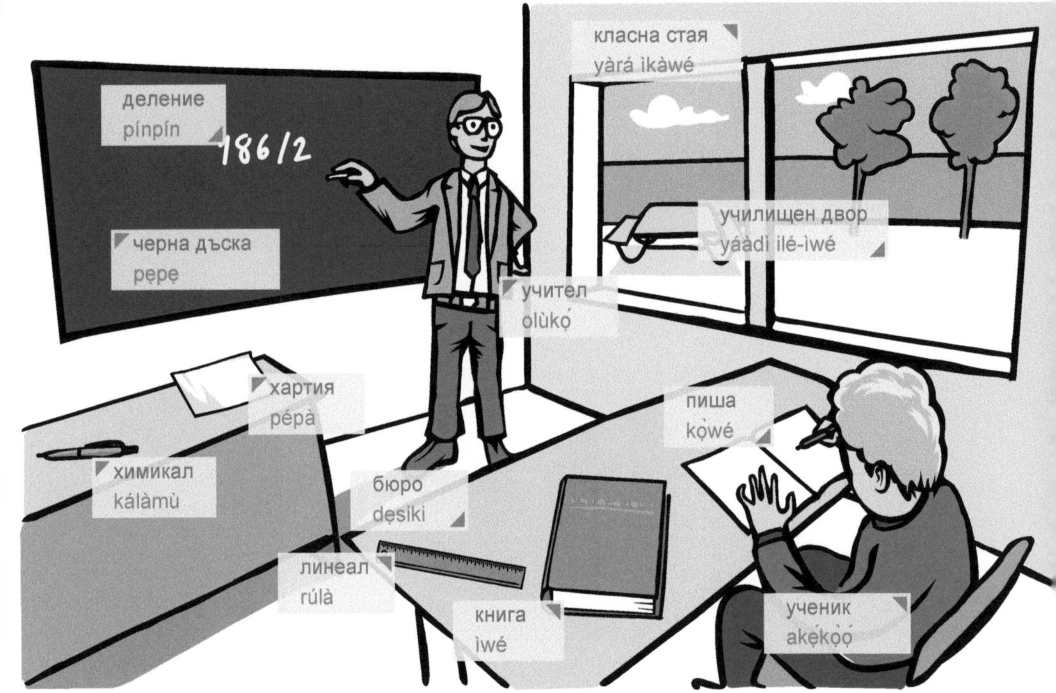
класна стая
yàrá ìkàwé
деление
pínpín
186/2
черна дъска
pẹpẹ
училищен двор
yáàdì ilé-ìwé
учител
olùkọ́
хартия
pépà
пиша
kọ̀wé
химикал
kálàmù
бюро
dẹsiki
линеал
rúlà
книга
ìwé
ученик
akẹ́kọ̀ọ́

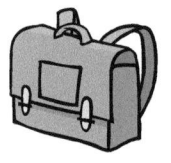

ученическа раница

ọ̀rá

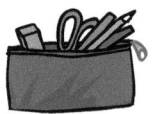

ученически несесер

àpò pẹnsuru

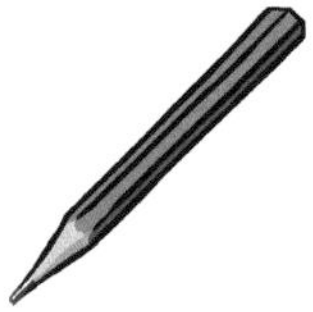

молив

pẹnsuru

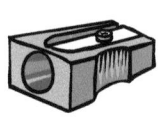

острилка за моливи

olùgbẹ́ pẹnsuru

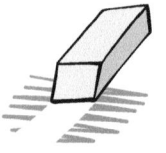

гума

rọ́bà

блок за рисуване

bọ́tìnnì yíyàwòrán

рисунка

yíyàròwán

четка

burọṣi ọ̀dà

акварелни бои

àpótí ọ̀dà

ножица

sísọsi

лепило

gúlù

тетрадка за упражнения

ìwé iṣẹ́

домашна работа

iṣẹ́ àmúrelé

число

nọ́mbà

събиране

àfikún

изваждане

àyọkúrò

умножение

ìsọdipúpọ̀

смятане

ṣírò

буква

lẹ̀tà

азбука

alábídí

дума

ọ̀rọ̀ sísọ

текст

òrò kíkò

чета

kàwé

тебешир

ṣọ́ọ̀kì

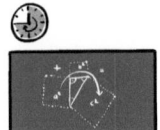

час

ìkẹ́kọ́ọ́

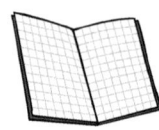

дневник на класа

forúkọsílẹ̀

изпит

ìdánwo

свидетелство

ìwé-ẹ̀rí

ученическа униформа

aṣọ ilé-ìwé

образование

ẹ̀kọ́

справочник

ìwé ìmọ̀

университет

yunifasiti

микроскоп

ẹ̀rọ gbohùngbohùn

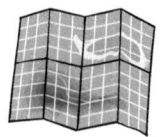

карта

àwòrán àgbáyé

кошче за хартиени отпадъци

agbọ̀n ìdalẹ̀nù

пътуване
ìrìn àjò

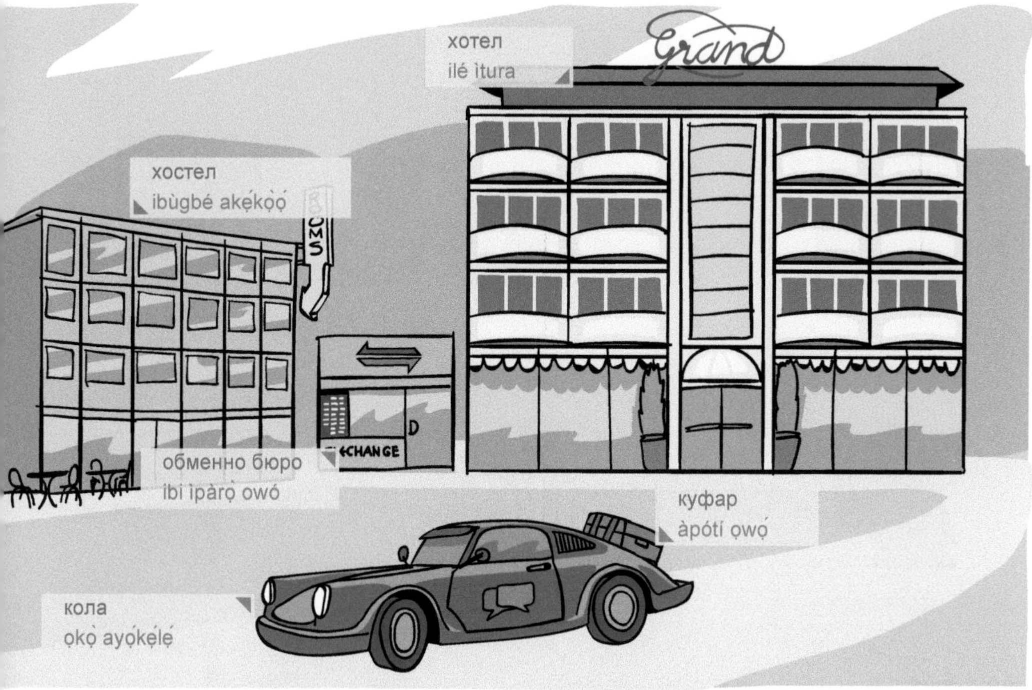
хотел
ilé ìtura
Grand
хостел
ibùgbé akẹ́kọ̀ọ́
ROOMS
обменно бюро
ibi ìpàrọ̀ owó
EXCHANGE
куфар
àpótí ọwọ́
кола
ọkọ̀ ayọ́kẹ́lẹ́

език
ède

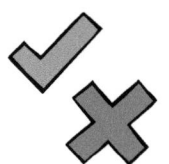

да / не
bẹ́ẹ̀ni / bẹ́ẹ̀kọ́

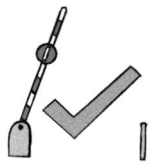

Окей
Ó dára

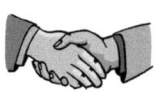

здравей
ẹpẹ̀lẹ́

преводач
olùtúmọ̀ èdè

Благодаря
O ṣeun

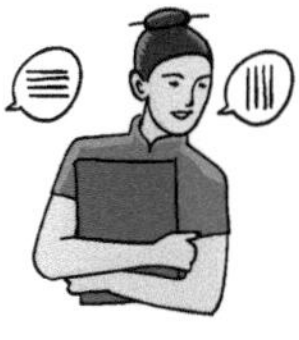

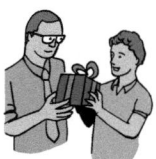

Колко струва...?

èló ni... ?

Не разбирам

Kò yé mi

проблем

ìṣòro

Добър вечер!

Ẹ káalẹ́!

Добро утро!

Ẹ kaarọ!

Лека нощ!

Ẹ káalẹ́!

довиждане

ódìgbà

посока

ìtọ́ni

багаж

ẹrù-ẹni

пътна чанта

báàgì

раница

àpò ẹ̀yìn

посетител

àlejò

стая

yàrá

спален чувал

báàgì ibùsùn

палатка

àgọ́

туристическа информация

àlàyé arìnrin àjò

плаж

òkun

кредитна карта

káàdì arópò owó

закуска

oúnje àárò

обед

oúnje òsán

вечеря

oúnje alé

билет

tikẹti

асансьор

ìgbésókè

пощенска марка

èdìdí

граница

àlà

митница

àwọn àsà

посолство

ibi ìwé ìrìnà

виза

fisa

паспорт

ìwé ìrìnà

транспорт

ọkọ̀

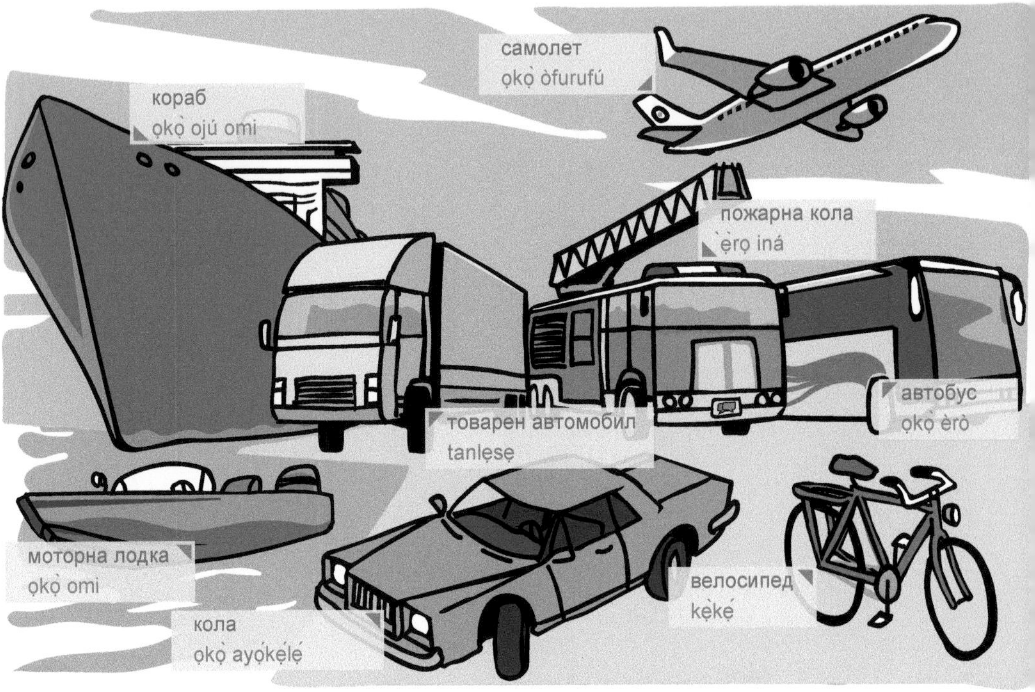
самолет
ọkọ̀ òfurufú
кораб
ọkọ̀ ojú omi
пожарна кола
ẹ̀rọ iná
автобус
ọkọ̀ èrò
товарен автомобил
tanlẹsẹ
моторна лодка
ọkọ̀ omi
велосипед
kẹ̀kẹ́
кола
ọkọ̀ ayọ́kẹ́lẹ́

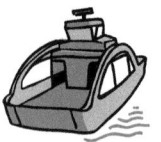

ферибот

ọpán

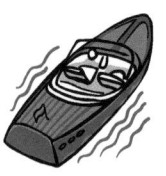

лодка

ọpọ́n ojú omi

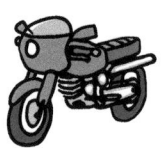

мотоциклет

atapùpù

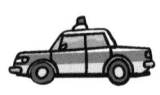

полицейска кола

ọkọ̀ ọlọ́pàá

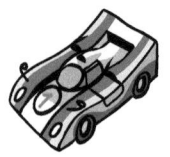

състезателна кола

ọkọ̀ ìsáré

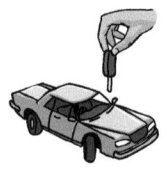

кола под наем

ọkọ̀ yíyá

каршеринг

àpínlò ọkọ̀

автомобил от "Пътна помощ"

ìgbọ́kọ̀

сметовоз

ọkọ̀ dída ilẹ̀ nù

двигател

manto

бензин

epo

бензиностанция

ilé epo

пътен знак

àmì ìwakọ̀

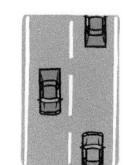

улично движение

ìwakọ̀

задръстване

súnkẹrẹ

паркинг

ibi ìgbọ́kọ̀sí

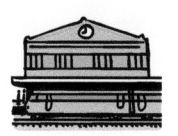

гара

ibùdókọ̀ ojú irin

релси

àwọn òrópó

влак

ọkọ̀ ojú irin

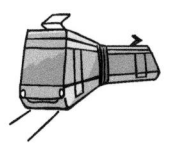

трамвай

ọkọ̀ ori ilẹ̀

вагон

ẹrù

хеликоптер

ẹlikọputa

аерогара

ibùdókọ̀ òfurufú

кула

òpó

пасажер

èrò

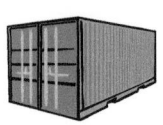

контейнер

ibi ìpamọ́

кашон

katun

ръчна количка

apẹ̀rẹ̀

кошница

agbọ̀n

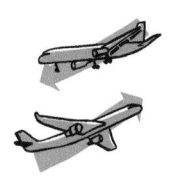

излитам / приземявам се

gbéra / balẹ̀

град

ìlú

село

abúlé

градски център

àárín ìlú

къща

ilé

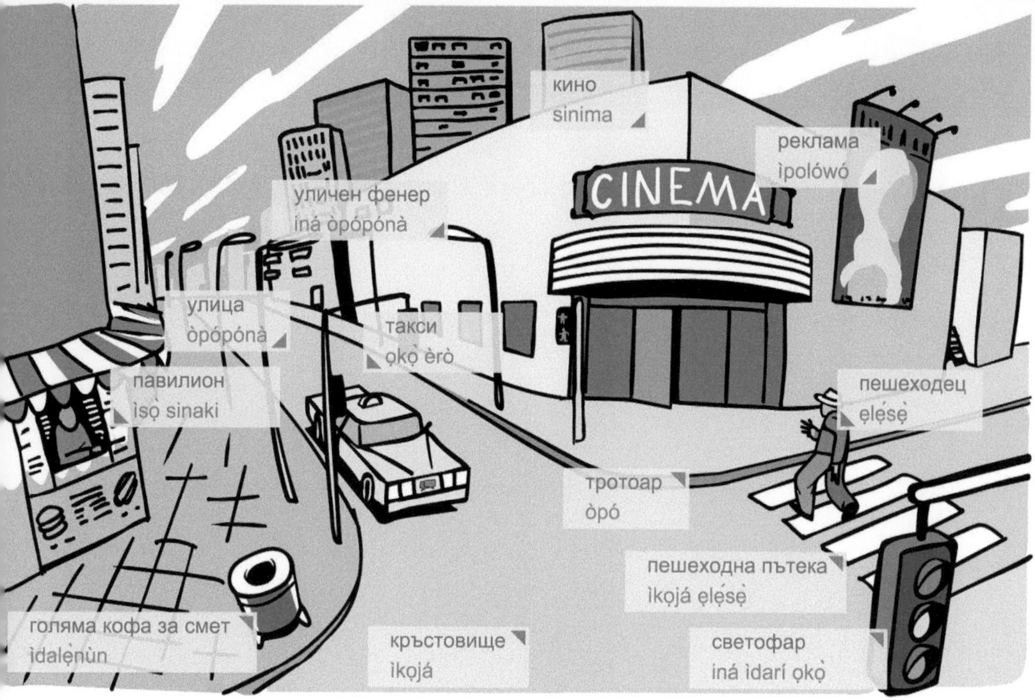
кино
sinima
реклама
ìpolówó
CINEMA
уличен фенер
iná òpópónà
улица
òpópónà
такси
ọkọ̀ èrò
павилион
ìsọ̀ sinaki
пешеходец
ẹlẹ́sẹ̀
тротоар
òpó
пешеходна пътека
ìkọjá ẹlẹ́sẹ̀
голяма кофа за смет
ìdalẹ̀nùn
кръстовище
ìkọjá
светофар
iná ìdarí ọkọ̀

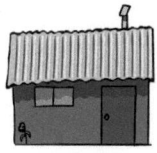

хижа

abà

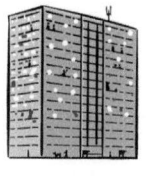

жилище

filati

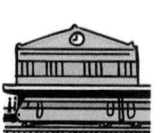

гара

ibùdókọ̀ ojú irin

кметство

ojúde

MUSEUM

музей

musiọmu

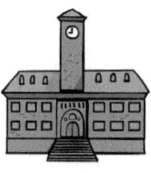

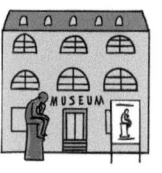

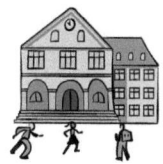

училище

ilé-ìwé

университет

yunifasiti

банка

ilé ìfowópamọ́

болница

ilé ìwòsàn

хотел

ilé ìtura

аптека

olùta ògùn

офис

ọfisi

книжарница

ìsọ̀ ìwé

магазин за цветя

ìsọ̀

магазин за цветя

òdòdó

супермаркет

ibi ìtajà

пазар

ọjà

универсален магазин

ibi ẹka iṣẹ́

търговец на риба

ibi ẹja

търговски център

ibi ìrajà

пристанище

bèbè omi

парк

ibi ìgbafẹ́

пейка

àga

мост

afárá

стълба

àgàsọ̀

метро

abẹ́ ilẹ̀

тунел

ihò ilẹ̀

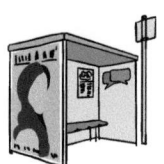

автобусна спирка

ibùdókọ̀

бар

ilé ọtí

ресторант

ilé oúnjẹ

пощенска кутия

àpótí ifiwéránṣẹ́

улична табелка

àmì òpópónà

часовник за паркинг престой

mita ìgbọ́kọ̀sí

зоологическа градина

ibi ẹranko

плувен басейн

ibi ìwẹ̀

джамия

mọṣálásí

селски двор
....
oko

замърсяване на околната
среда
....
ìdọ̀tí

гробище
....
ibi ìsinkú

църква
....
ilé ìjọsìn

детска площадка
....
ibi ìṣeré

храм
....
tẹmpili

пейзаж
ẹlẹ́bùú

листо
ewé

пътепоказател
ajúwe

път
ọnà

ливада
ilẹ koríko

камък
òkúta

пътешественик
olùrìn

дърво
igi

река
odò

трева
kóriko

цвете
òdòdó

долина

kòtò

планина

òkè

море

adágún omi

гора

aginjù

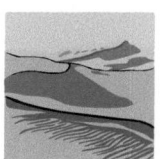

пустиня

aṣálẹ̀

вулкан

ilẹ̀ ríru

замък

ibùgbé

дъга

òṣùmàrè

гъба

esun

палма

ọ̀pẹ

комар

ẹ̀fọn

муха

eṣinṣin

мравка

kòkòrò

пчела

oyin

паяк

alantakun

бръмбар

làbọnlàbọn

жаба

ọpọlọ́

катеричка

ọkẹ́rẹ́ ńlá

таралеж

sẹsẹ́

заек

ọkẹ̀rẹ́

кукумявка

òwìwí

птица

ẹyẹ

лебед

pẹ́pẹ́yẹ ńlá

диво прасе

ẹlẹ́dẹ̀ igbó

елен

àgbọ̀nrín

лос

àgbọ̀nrín ńlá

бент

adágún

вятърна турбина

ọpá afẹ́fẹ́

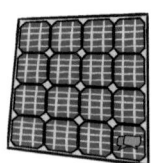

соларен модул

panẹ́ẹ̀lì òrùn

климат

ojú-ọjọ́

пейзаж - ẹlẹ́bùú

ресторант
ilé oúnję

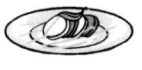

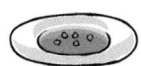

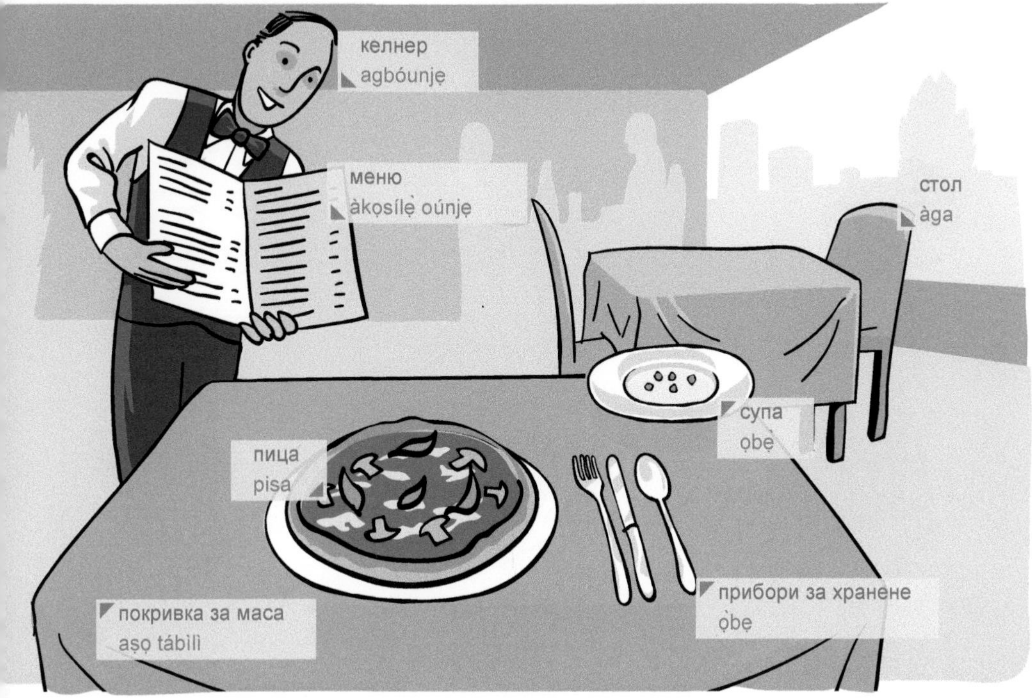

келнер
agbóunję
меню
àkọsílẹ̀ oúnję
стол
àga
супа
ọbẹ̀
пица
pisa
покривка за маса
aṣọ tábìlì
прибори за хранене
ọ̀bẹ

предястие
ìpanu

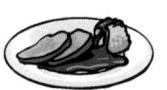

основно ястие
oúnję gangan

десерт
ìpanu lẹ́yin oúnję

напитки
ohun mímu

ядене
oúnję

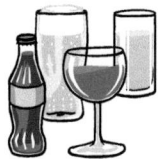

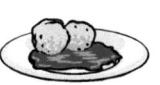

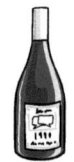

бутилка
ìgò

бързо хранене

oúnję kíá

улична храна

oúnję òrópónà

кана за чай

abọ́ tii

кутия за захар

abọ́ ṣúgà

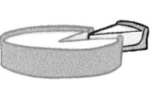

порция

ìpín

еспресо машина

ẹ̀rọ ẹsipirẹso

висок детски стол

àga gíga

сметка

ináwó oṣoṣù

табла

tire

ножица за нокти

ọ̀bẹ

вилица

fọ́ọ̀kì

лъжица

ṣíbí

чаена лъжичка

ṣíbí tii

салфетка

pépà ìnuwọ́

стъклена чаша

gilasi

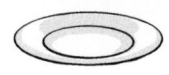

чиния

abọ́

чиния за супа

abọ́ ọbẹ̀

чинийка

pẹlẹbẹ

сос

ọbẹ̀

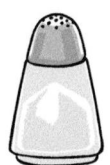

солница

kòkò iyọ̀

мелничка за черен пипер

ìlọta

оцет

fẹniga

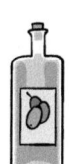

олио

òróró

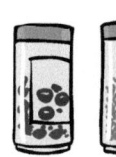

подправки

ẹ̀ròjà

кетчуп

kẹsọpu

горчица

mọsitadi

майонеза

mayonesi

супермаркет
ibi ìtajà

оферта
`ẹ̀dínwó
FOR
клиент
oníbàárà
млечни продукти
wàrà
плодове
èso
количка за покупки
ọmọlanke

BUTCHERS

кланица

alápatà

BAKERY

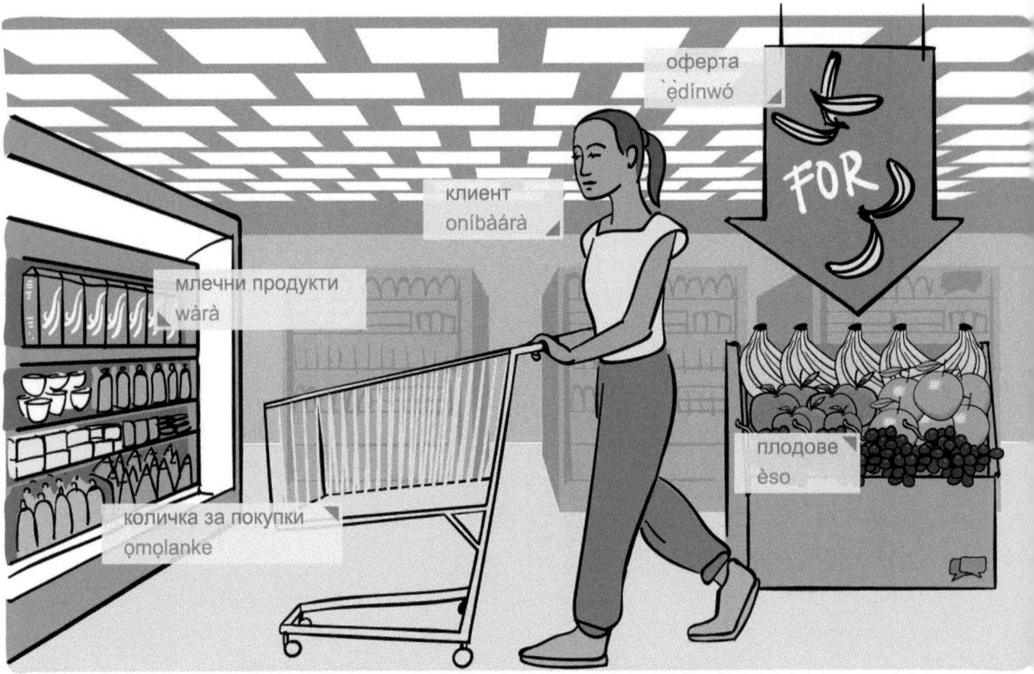

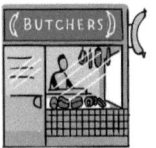

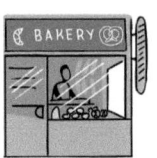

хлебарница

beka

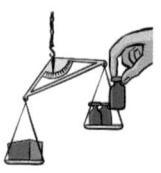

тегля

wọ̀n

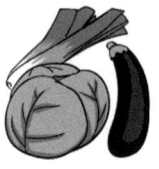

зеленчуци

ewébẹ̀

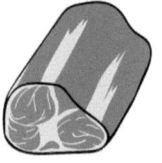

месо

ẹran

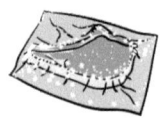

дълбоко замразена храна

oúnjẹ dídì

нарязан колбас или сирене
ẹran tútù

консерви
oúnjẹ agolo

перилен препарат
ọṣẹ ìfọṣọ

лакомства
àdíndùn

домакински изделия
àgbéjáde ẹbí

почистващи препарати
ohun ìtọ́jú

продавачка
olùtajà

каса
tili

касиер
akawó

списък на покупките
àkójọ ìrajà

работно време
wákàtí ìbẹ̀rẹ̀

портфейл
ìpamọ́

кредитна карта
káàdì arópò owó

чанта
báàgì

пластмасова торба
báàgì ọ̀rá

вода

omi

сок

omi èso

мляко

wàrá

кола

koki

вино

waini

бира

bia

алкохол

ọtí líle

какао

kòkó

чай

tii

кафе машина

kọfí

еспресо

ẹsipirẹso

капучино

kapusino

банан

ògèdę

ябълка

apu

портокал

ọsàn

пъпеш

ẹ̀gúsí

лимон

òronbò

морков

karọti

чесън

galiki

бамбук

ọparun

лук

àlùbọ́sà

гъба

esun

ядки

ẹ̀pà

макарони

nodu

спагети

sipajẹti

ориз

ìrẹsì

салата

saladi

пържени картофи

ìpanu

печени картофи

ànàmọ́ díndín

пица

pisa

хамбургер

bọ́gà

сандвич

sanwişi

шницел

ẹran sísun

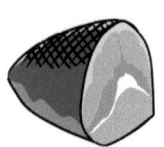

шунка

ẹsẹ̀ ẹlẹ́dẹ̀

траен колбас

salami

салам

sọseji

пиле

ẹran ẹdìyẹ

печено

sun

риба

ẹja

24   ядене - oúnjẹ

овесени ядки

oti pọreji

мюсли

musẹli

корнфлейкс

confulakisi

брашно

iyẹ̀fun

кроасан

kirosanti

хлебчета

rolu búrẹ̀dì

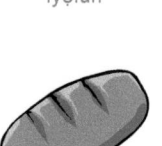

хляб

burẹdi

препечена филийка

dín

бисквити

bisikiti

масло

bọ́tà

извара

kọdu

сладкиш

keki

яйце

ẹyin

яйца на очи

ẹyin díndín

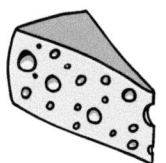

сирене

ṣiṣi

сладолед
aisi kirimu

захар
şúgà

мед
oyin

мармалад
jamu

нуга крем
àfira şokoleti

къри
kọri

селски двор

oko

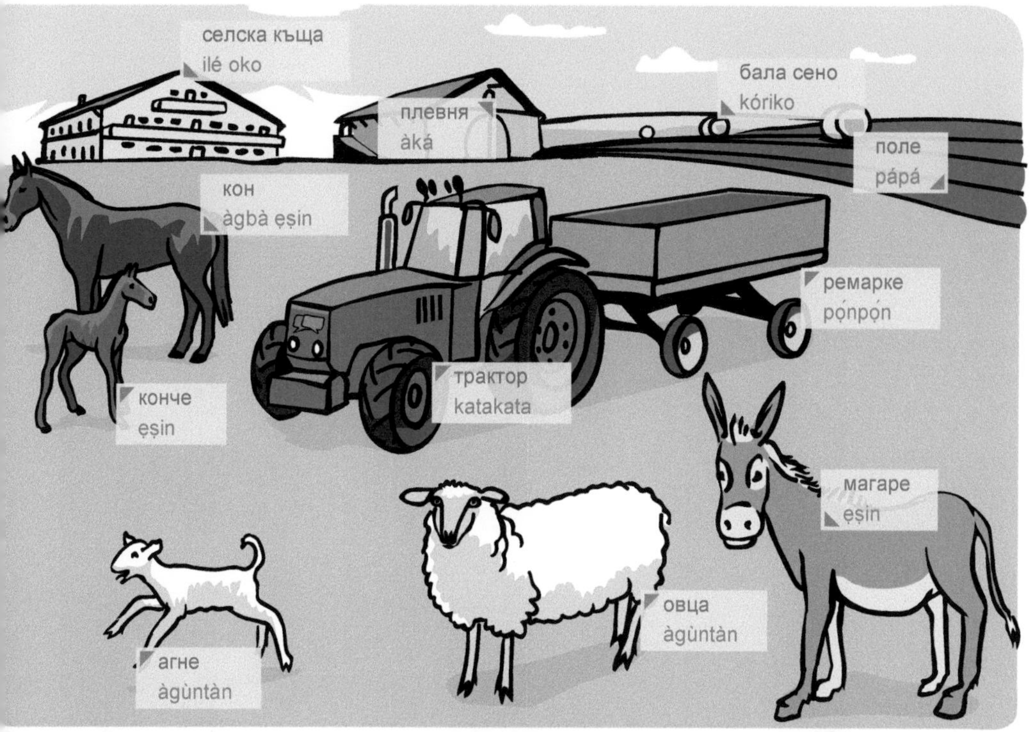

селска къща
ilé oko
плевня
àká
бала сено
kóriko
поле
pápá
кон
àgbà ẹṣin
ремарке
pọ́npọ́n
трактор
katakata
конче
ẹṣin
магаре
ẹṣin
овца
àgùntàn
агне
àgùntàn

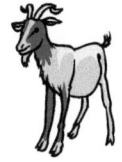

коза

ewúrẹ́

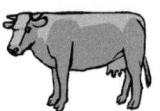

крава

máàlù

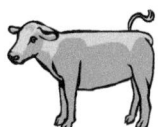

теле

ọ̀dọ́ àgùntàn

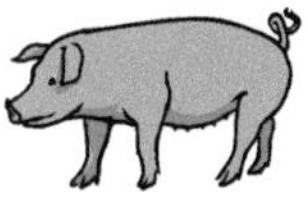

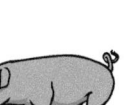

свиня

ẹlẹ́dẹ̀

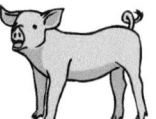

прасенце

ọmọ ẹlẹ́dẹ̀

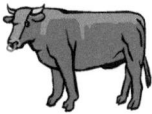

бик

àgbò

гъска

ọmọ pẹ́pẹ́yẹ

патица

pẹ́pẹ́yẹ

пиленце

ọmọ adìyẹ

кокошка

adìyẹ

петел

àkùkọ

плъх

èkúté

котка

olóngbò

мишка

eku

вол

kẹtẹkẹtẹ́

куче

ajá

кучешка колиба

ilé ajá

градински маркуч

ọ̀pá ọgbà

лейка

abọ́ omi

коса

scythe

плуг

ọkọ̀ irúgbìn

сърп

abẹ oko

мотика

ọkọ́

вила за тор

irinṣẹ́ kóriko

брадва

àáké

ръчна количка

wilibaro

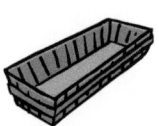

корито

àgbá

съд за мляко

abọ́ wàrà

чувал

àpò

ограда

ògiri

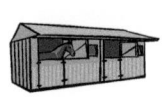

обор

pẹpẹ oko

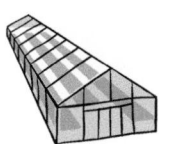

парник

ibi ìdáko

земя

ilẹ̀

сеитба

irúgbìn

тор

ajílẹ̀

комбайн

àkópọ̀ olùkórè

жъна

ìkórè

реколта

ìkórè

ямс

işu

жито

bàbà

соя

soya

картоф

ànàmọ́

царевица

àgbàdo

рапица

irúgbìn rapu

овощно дърво

igi èso

маниока

ẹ̀gẹ́

зърнени храни

jéró

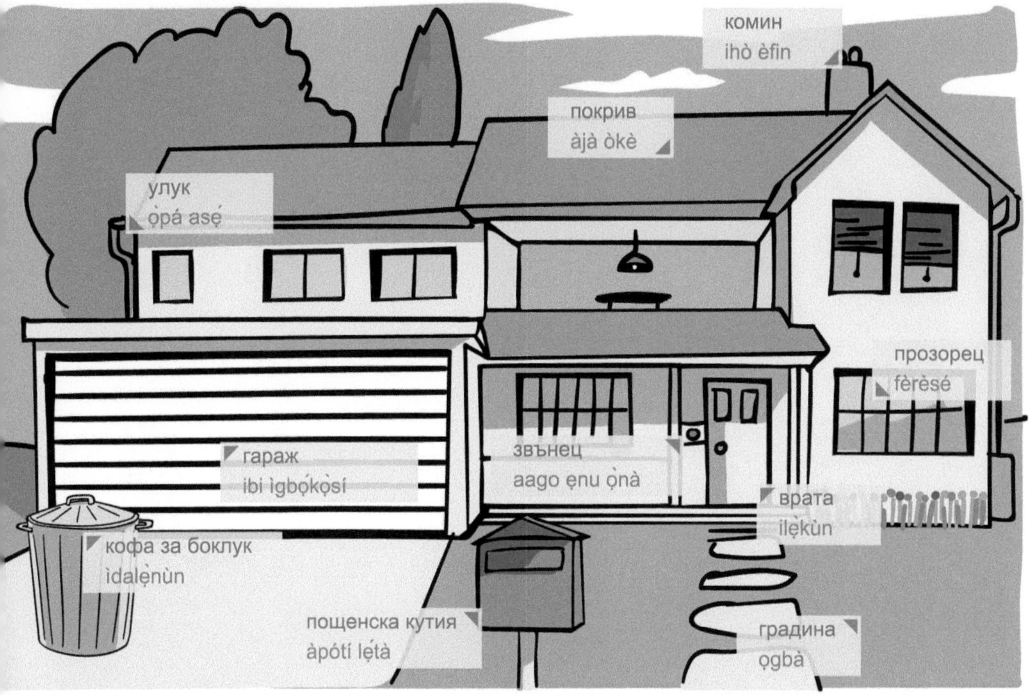

комин
ihò èfin

покрив
àjà òkè

улук
ọ̀pá asẹ́

прозорец
fèrèsé

гараж
ibi ìgbọ́kọsí

звънец
aago ẹnu ọ̀nà

врата
ìlẹkùn

кофа за боклук
ìdalẹ̀nùn

пощенска кутия
àpótí lẹ́tà

градина
ọgbà

всекидневна

yàrá ìgbé

баня

ilé ìwẹ̀

кухня

ilé ìdáná

спалня

yàrá ìbùsùn

детска стая

yàrá ọmọdé

трапезария

yàrá ìjẹun

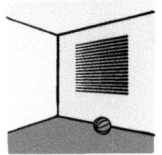

под

ilẹ̀

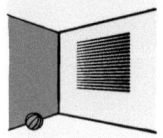

стена

ògiri ilé

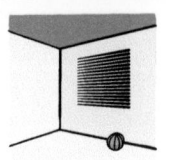

таван

àjà

изба

sẹla

сауна

sauna

балкон

ọ̀dẹ̀dẹ̀

тераса

ọ̀nà

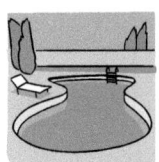

плувен басейн

ibi ìwẹ̀

косачка

ẹ̀rọ ìgéko

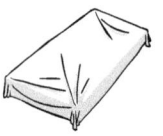

спално бельо

ojú-ewé

покривка за легло

aṣọ orí ibùsùn

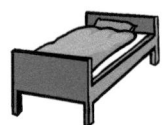

легло

ibùsùn

метла

ọwọ̀

кофа

garawa

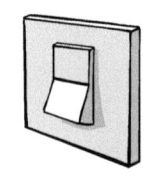

електрически ключ

yípo

всекидневна
yàrá ìgbé

тапет
pépà ògiri
картина
àwòrán
лампа
iná
рафт
ṣẹ́fu
шкаф
kọbọdu
телевизор
àmóhùnmáwòrán
камина
ibi ìdáná
цвете
òdòdó
възглавница
tìmùtìmù
канапе
sọfa
ваза
fasi
дистанционно управление
ìdarí takété

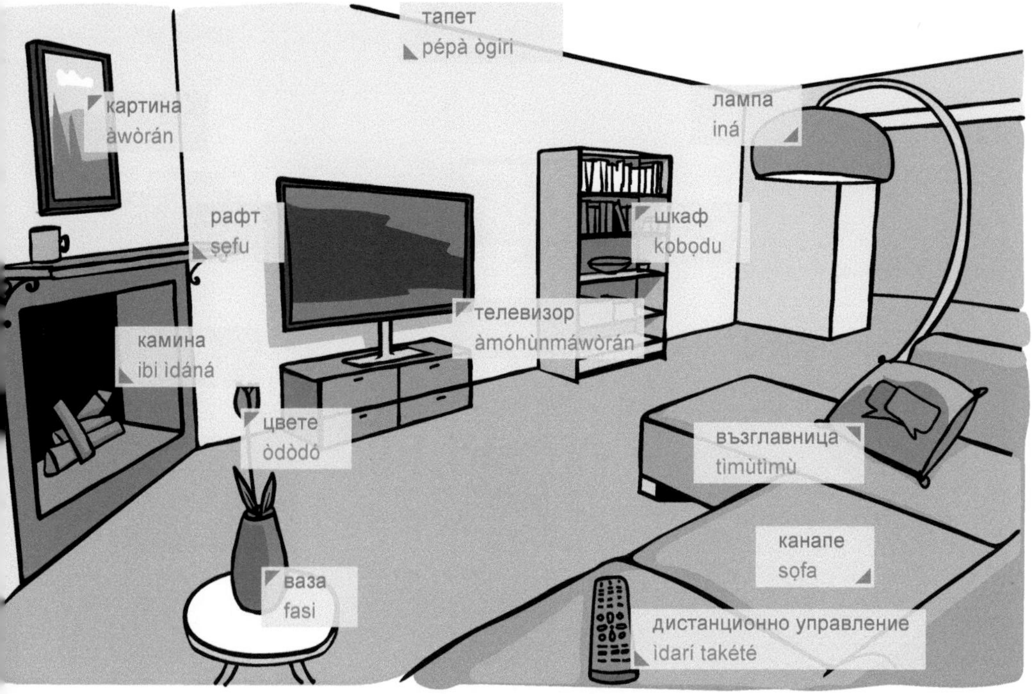

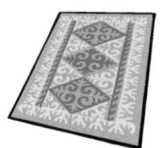

килим

kapẹti

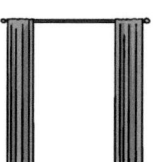

завеса

kọtini

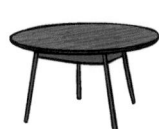

маса

tábìlì

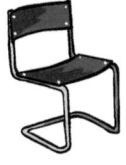

стол

àga

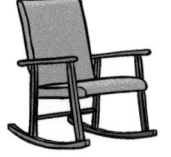

люлеещ се стол

àga amìtìtì

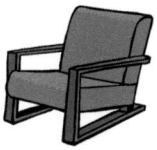

кресло

àga ọlọ́wọ́

книга

ìwé

одеяло

aṣọ ìbora

декорация

ọ̀sọ́

дърва за отопление

igi idáná

филм

fíìmù

стерео уредба

irinṣẹ́ hi-fi

ключ

kọ́kọ́rọ́

вестник

ìwé ìròyìn

живопис

kíkunlé

постер

àlẹ̀mọ́

радио

redio

бележник

ìkọ̀wé

прахосмукачка

ufa

кактус

kakitọsi

свещ

àbẹ̀là

кухня
ilé ìdáná

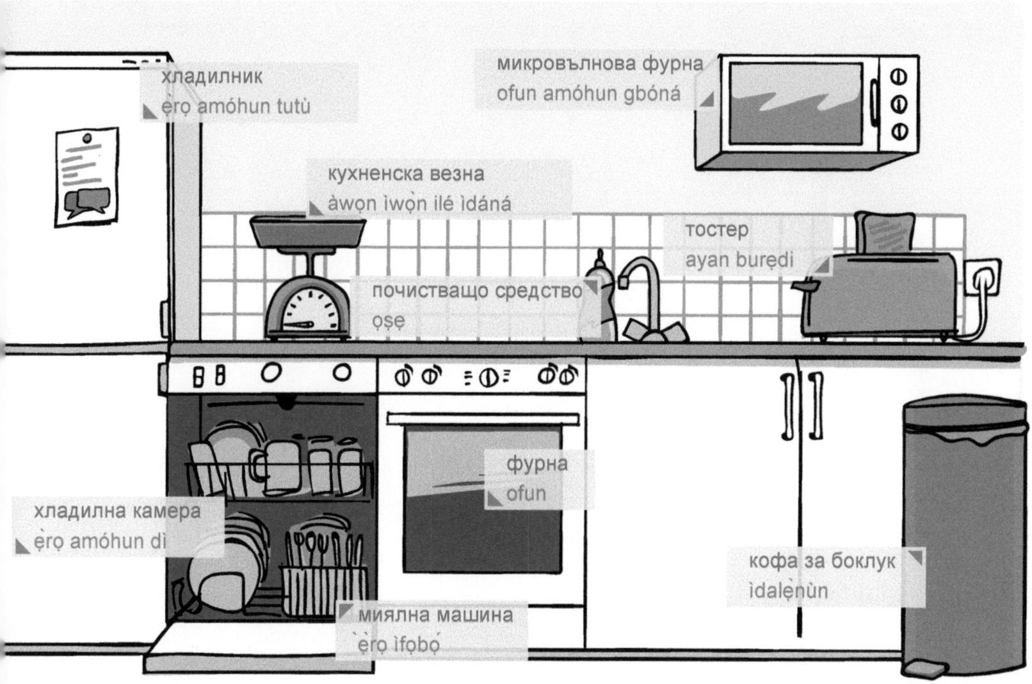
хладилник
ẹ̀rọ amóhun tutù
микровълнова фурна
ofun amóhun gbóná
кухненска везна
àwọn ìwọ̀n ilé ìdáná
тостер
ayan burẹdi
почистващо средство
ọṣẹ
фурна
ofun
хладилна камера
ẹ̀rọ amóhun dì
кофа за боклук
ìdalẹ̀nùn
миялна машина
ẹ̀rọ ìfọbọ̀

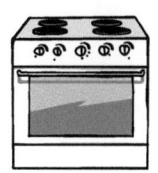

готварска печка

ìdáná

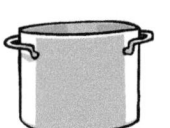

тенджера

ìṣasun

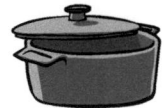

желязна тенджера

ìṣasun irin

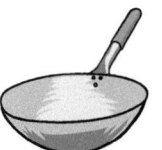

уок / кадаи

wok / kadai

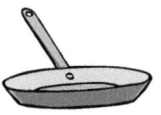

тиган

panu

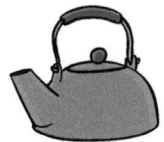

кана за затопляне на вода

kẹturu

уред за готвене на пара

amoru

тава за печене

pẹpẹ ìdáná

съдове

dídáná

чаша

ife gilasi

купа

àdému

клечки за хранене

igi ijẹun

черпак

ladu

лопатка за тиган

şíbí kòtò

тел за разбиване (на яйца, белтъци)

wisiki

кошница за варене

sitirena

гевгир

asẹ́

ренде

gireta

хаван

odó

барбекю

àsun

огнище

ibi ìdáná

дъска

pẹpẹ gígé

точилка

igi ìlọ̀

тирбушон

kọkisukuru

кутия

agolo

отварачка за консерви

olùṣí agolo

кухненска ръкохватка

àdìmú ìṣasun

мивка

kòtò

четка

burọṣi

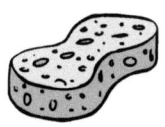

гъба

kaninkanin

миксер

ẹ̀rọ ilọta

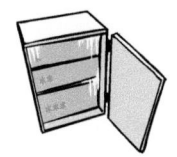

фризер

ẹ̀rọ amóhun dì oníkòtò

бебешко шише

ohun ìjẹun ọmọdé

воден кран

ẹnu ẹ̀rọ omi

баня

ilé ìwẹ̀

душ
ìwẹ̀
отопление
gbígbóná
хавлиена кърпа
tawẹ́li
завеса за баня
kọtini iwẹ̀
шампоан за вана
ìwẹ̀ ọlọ́ṣẹ
вана
ibi ìwẹ̀
стъклена чаша
gilasi
перална машина
ẹ̀rọ ìfọṣọ
воден кран
ẹnu ẹ̀rọ omi
плочки
àlẹ̀mọ́lẹ̀
гърне
pó
мивка
kòtò

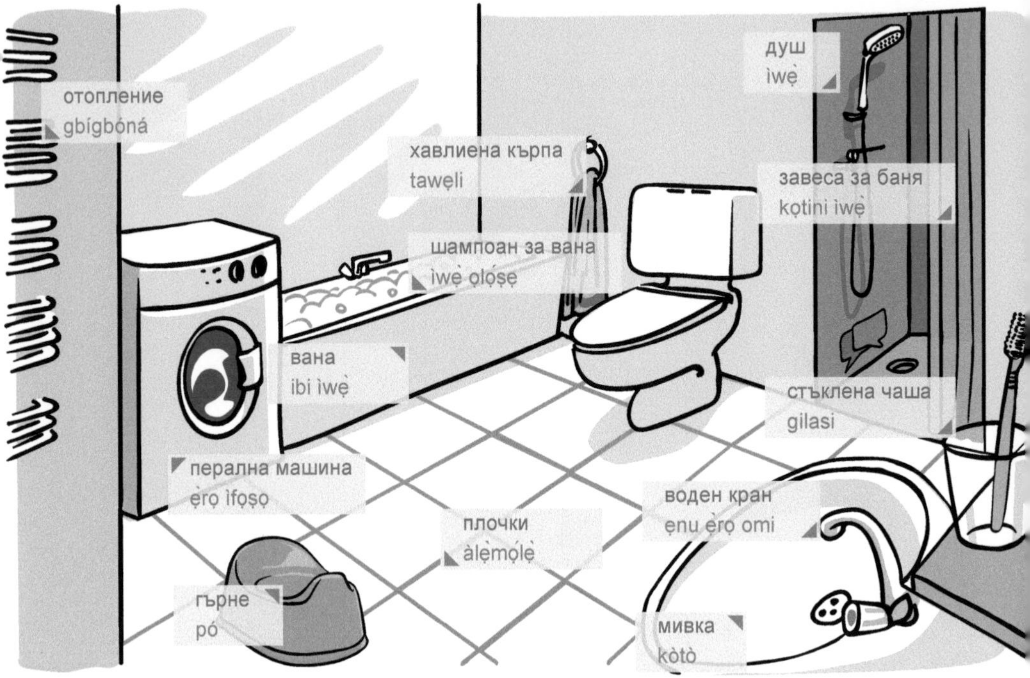

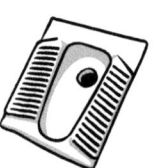

тоалетна

ibi ìyàgbẹ́

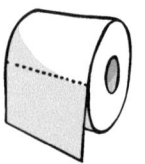

клекало

ibi ṣálángá

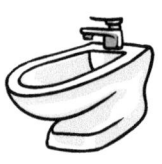

биде

bidẹti

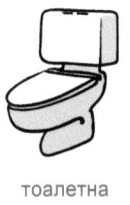

писоар

títọ̀

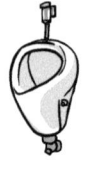

тоалетна хартия

pépa ibi ìyàgbẹ́

четка за тоалетна

burọṣi ìbi ìyàgbẹ́

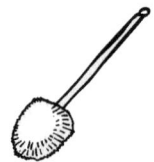

четка за зъби

igi ìfọnu

паста за зъби

ọṣẹ ifọnu

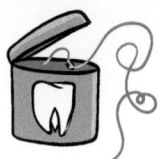

конец за зъби

filọsi eyin

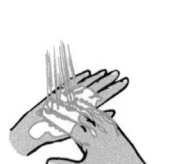

мия

fọṣọ

ръчен душ

ìwẹ̀ ọlọ́wọ́

интимен душ

doṣi

леген

basin

четка за гръб

burọṣi ẹ̀yìn

сапун

ọṣẹ

душ гел

gẹli ìwẹ̀

шампоан за вана

ọ̀ṣẹ irun

гъба за баня

filanẹni

сифон

sẹ́

крем

ìpara

дезодорант

olóòrùn dídún

огледало

dingi

козметично огледало

díngi ọwọ́

ръчна самобрасначка

abẹ

пяна за бръснене

fomu ìfárungbọ̀n

одеколон за след
бръснене
lẹyìn ìfarungbọn

гребен

ìyarun

четка

burọ̀ṣì

сешоар

agbẹrun

спрей за коса

ìparun

грим

ìmúra

червило

ìtọ́tẹ̀

лак за нокти

fanìṣi ẹ̀kaná

памук

òwú

ножица за нокти

sisọsi ẹ̀kaná

парфюм

pafumu

баня - ilé ìwẹ̀

тоалетна чантичка

báàgì ìwẹ̀

табуретка

àga

везна

ìwọ̀n

хавлия

okùn ìwẹ̀

домакински ръкавици

ìbọ̀wọ́ rọ́bà

тампон

tampun

дамски превръзки

ìnuwọ́

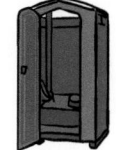

химическа тоалетна

ṣálángá kẹmika

детска стая

yàrá ọmọdé

будилник
aago ìtaniji
плюшена играчка
ìṣeré
автомобил играчка
ọkọ̀ ìṣeré
дрънкалка
ratu
къща за кукли
ilé bèbí
подарък
ẹ̀bùn

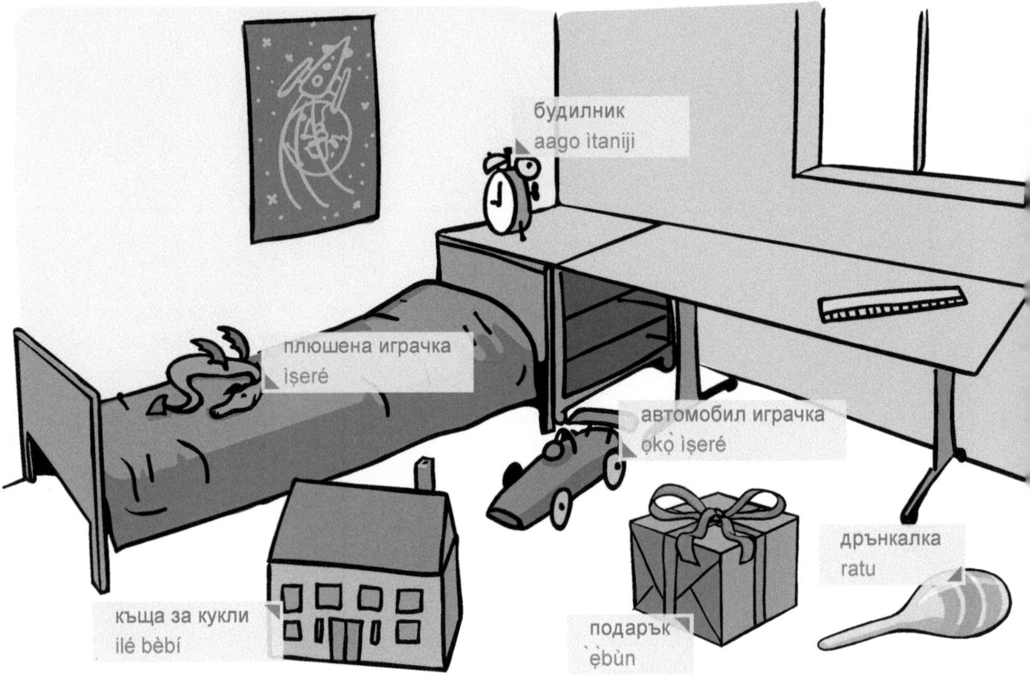

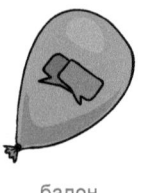

балон

fèrè

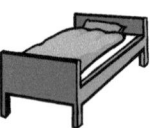

легло

ibùsùn

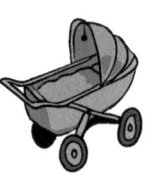

детска количка

ìgbọ́mọ

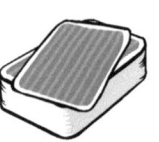

игра на карти

àpapọ̀ káàdì

пъзел

ayùn

SUPER
MEGA

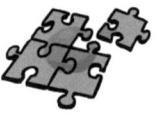

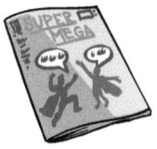

комикс

àwàdà

лего елементи

àwọn biriki

строителни елементи

ohun ìṣeré

екшън фигурка

figọ ìṣe

бебешки гащеризон

ìdàgbàsókè

фрисби

firisibi

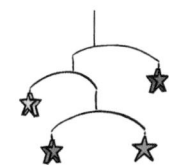

бебешки играчки за легло

alágbèéká

настолна игра

eré pẹpẹ

зарче

daisi

миниатюрно влакче

àkópọ̀ ikọ́ni àwòṣe

биберон

dọmi

парти

ayẹyẹ

детска книга с илюстрации

ìwé àwòrán

топка

bọ́ọ̀lù

кукла

bèbí

играя

ṣeré

пясъчник

kòtò yẹ̀pẹ̀

люлка

jangilofa

играчка

àwọn ìṣeré

игрова конзола

kọ́nsolu iṣeré fídíò

велосипед с три колелета

ẹlẹ́ṣẹ̀ mẹ́ta

плюшено мече

bèbí ọmọdé

гардероб

ibi ìkaṣọsi

облекло

aṣọ

къси чорапи

sọkisi

дълги чорапи

sitọkin

чорапогащник

ṣòkòtò

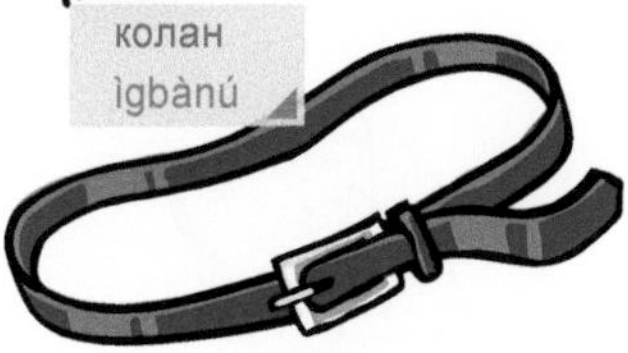

шал
sikafu

колан
ìgbànú

чадър
agbòjò

Т-шърт
t-ṣeti

ботуши
bàtà

пантофи
salubata

гуменки
àwọn olùkọ̀ni

сандали

salubata

обувки

bàtà

гумени ботуши

bàtà òjò

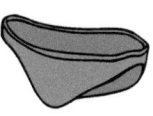

слип

pátá

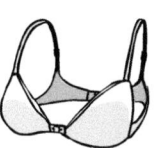

сутиен

kọ́mú

долна блуза

fẹsiti

боди

ara

панталон

şòkòtò

дънки

kakí

пола

sikęti

блуза

bulausi

риза

şęti

пуловер

dúró

суичър

ìbòrí

блейзър

aşọ òkè

яке

aşọ otútù

палто

kotu

дъждобран

aşọ òjò

костюм

ìmúra

рокля

wọşọ

булчинска рокля

aşọ ìgbéyàwó

костюм
....
sutu

нощница
....
aṣọ àwọ̀sùn

пижама
....
pijama

сари
....
sari

кърпа за глава
....
gèlè

тюрбан
....
tọbanu

бурка
....
bọka

кафтан
....
kafitani

абая
....
abaya

бански костюм
....
aṣọ ìwẹdò

плувни шорти
....
aṣọ àwọ̀sókè

къс панталон
....
penpe

анцуг
....
kotu

престилка
....
aṣọ ìdáná

ръкавици
....
ìbọ̀wọ́

копче

bọ̀tìnnì

очила

awò

гривна

ẹ̀gbà ọwọ́

верижка

ẹgbà ọrùn

пръстен

òrùka

обеца

gbígbọ́

каскет

filà

закачалка

ìkọ́ kotu

шапка

àkẹtẹ́

вратовръзка

tai

цип

sipu

каска

koto

тиранти

biresi

ученическа униформа

aṣọ ilé-ìwé

униформа

yunifọmu

облекло - aṣọ

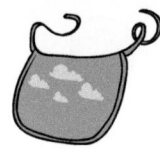

лигавник

bibu

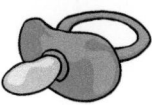

биберон

dọmi

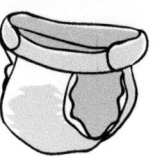

пелена

ìlédìí

офис

ọfisi

сървър
olùpín
шкаф за документи
ibi àkópamọ́ faili
принтер
ẹ̀rọ ìtẹ̀wé
хартия
pépà
монитор
aṣàfihàn
бюро
dẹsiki
мишка
atọ́ka
папка
fódà
клавиатура
àtẹ bọ́tìnnì
кошче за хартиени отпадъци
agbọ̀n ìdalẹ̀nù
компютър
kọ̀mpútà
стол
àga

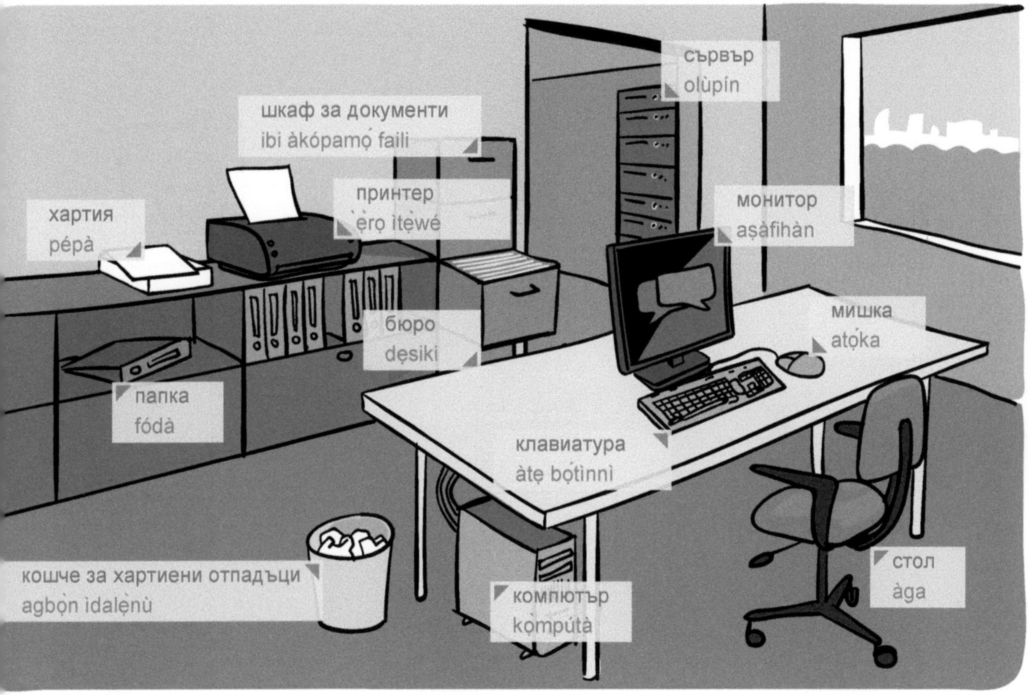

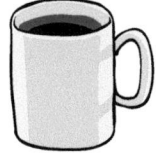

чаша за кафе

ife kọfí

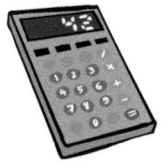

джобен калкулатор

ẹ̀rọ ìṣirò

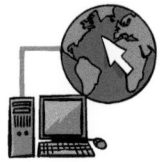

интернет

ayélujára

лаптоп

kọmpútà àgbélétan

писмо

lẹ́tà

съобщение

ìfiránṣẹ́

мобилен телефон

alágbèéká

мрежа

nẹtíwọkì

ксерокс

`ẹrọ ẹdà

софтуер

sọftwia

телефон

`ẹrọ ìbánisọ̀rọ̀

контакт

ihò iná

факс

ẹrọ fakisi

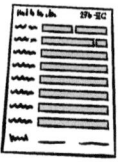

формуляр

fọ́ọ̀mù

документ

ìwé àkọsílẹ̀

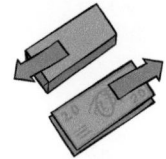

купувам

rà

плащам

sanwó

търгувам

ṣòwò

пари

owó

долар

dọla

евро

yuro

йена

yẹni

рубла

rọbu

швейцарски франк

Siwisi frans

ренминби юан

renminbi yuan

рупия

rupi

банкомат

ibi owó

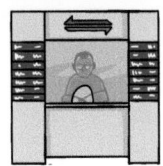

обменно бюро

ibi ìpàrọ̀ owó

злато

wúrà

сребро

fàdákà

нефт

epo

енергия

agbára

цена

iye

договор

àdéhùn

данък

owó orí

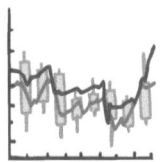

акция

ìpín ọjà

работя

ṣiṣẹ́

служител

òṣìṣẹ́

работодател

agbani síṣẹ́

фабрика

ilé iṣẹ́

магазин за цветя

ìsọ̀

професии

àwọn iṣẹ́ ààyò

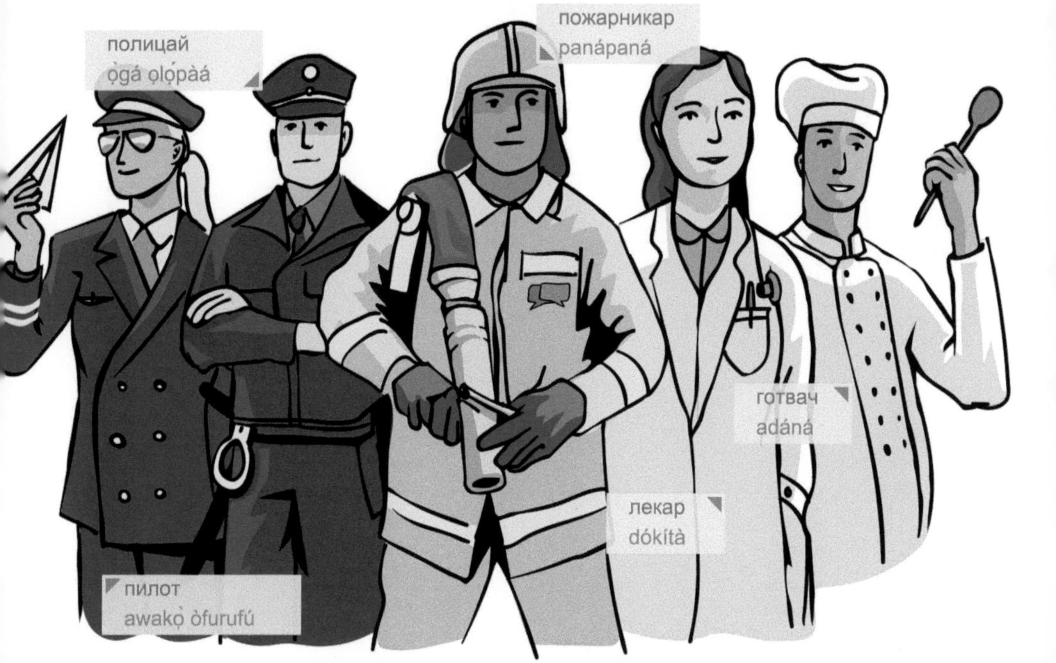

полицай
ọ̀gá ọlọ́pàá
пожарникар
panápaná
готвач
adána
лекар
dókítà
пилот
awakọ̀ òfurufú

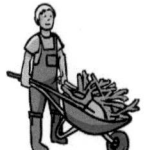

градинар

olọ́gbà

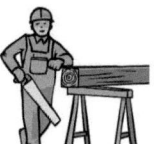

мебелист

gbẹ́nàgbẹ́nà

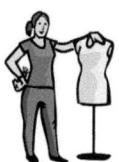

шивачка

aránṣọ

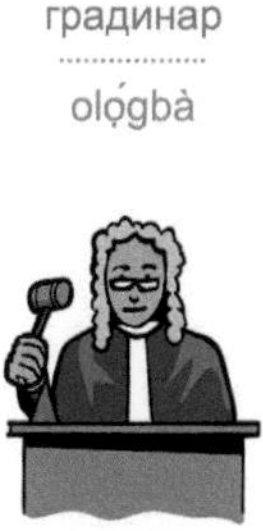

съдия

adájọ́

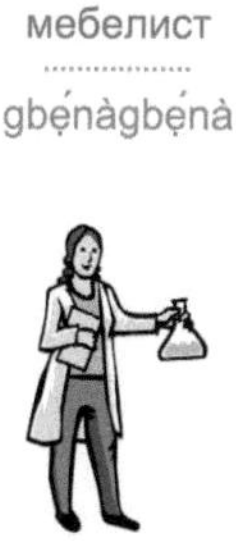

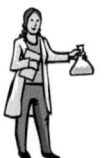

химик

olóògùn

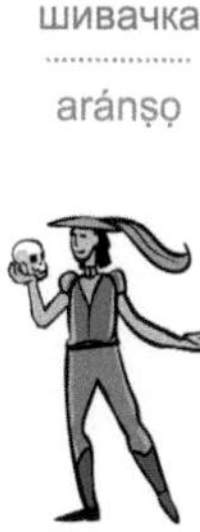

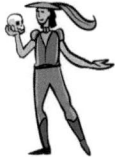

артист

òṣèré

шофьор на автобус

awakọ̀ èrò

шофьор на такси

awakọ̀ èrò

рибар

apẹja

чистачка

omidan agbálẹ̀

майстор на покриви

kanlékanlé

келнер

agbóunjẹ

ловец

ọdẹ

художник

akunlé

хлебар

olùṣe ìyẹfun

електротехник

aṣàtúnṣe iná

строителен работник

akọ́lé

инженер

amojú ẹ̀rọ

касапин

alápatà

тенекеджия

pulọmba

пощальон

afiwé ránṣẹ́

войник

jagunjagun

архитект

ayàwòrán ilé

касиер

akawó

цветар

olódòdó

фризьор

aṣerun lóge

кондуктор

adarí èrò

механик

aṣàtúnṣe ọkọ̀

капитан

adarí

зъболекар

olùtọ́jú eyin

научен работник

onímọ̀ ìjìnlẹ̀

равин

olùkọ́ni

имàм

imamu

монах

mọnki

свещеник

òjíṣẹ́ Ọlọ́run

инструменти
àwọn irinṣẹ́

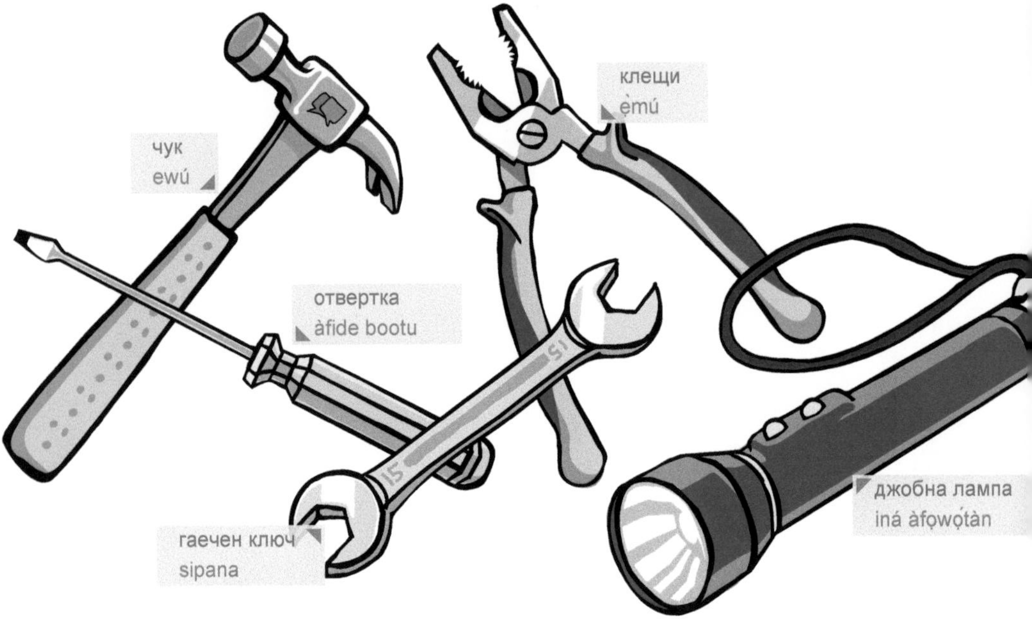

клещи
ẹ̀mú
чук
ewú
отвертка
àfide bootu
гаечен ключ
sipana
джобна лампа
iná àfọwọ́tàn

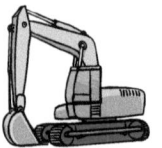

багер

jiga

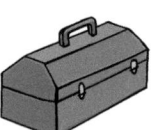

кутия за инструменти

àpótí irinṣẹ́

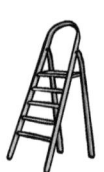

стълба

àgàsọ̀

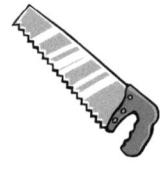

трион

ayùn

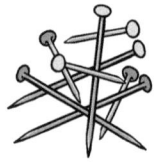

пирони

èṣó

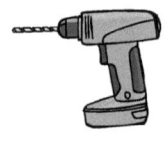

бормашина

ìlu

ремонтирам

túnṣe

лопата

ṣọ́bìrì

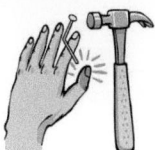

По дяволите!

Adágún!

лопатка за смет

igbá ìdọtí

кутия за боя

kòkò ọdà

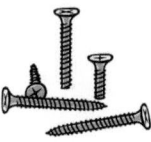

болтове

bootu

музикални инструменти
àwọn irinṣẹ́ orin

високоговорител
gbohùngbohùn

ударни инструменти
àkọ́pọ̀ ìlù

контрабас
baasi oníméjì

тромпет
fèrè

китара
jita

пиано

dùrù

виолина

faolin

контрабас

baasi

тимпан

timpani

барабан

àwọn ìlù

електрическо пиано

kiibọdu

саксофон

sasofonu

флейта

fèrè ìpè

микрофон

`ẹrọ gbohùngbohùn

зоологическа градина

ibi ẹranko

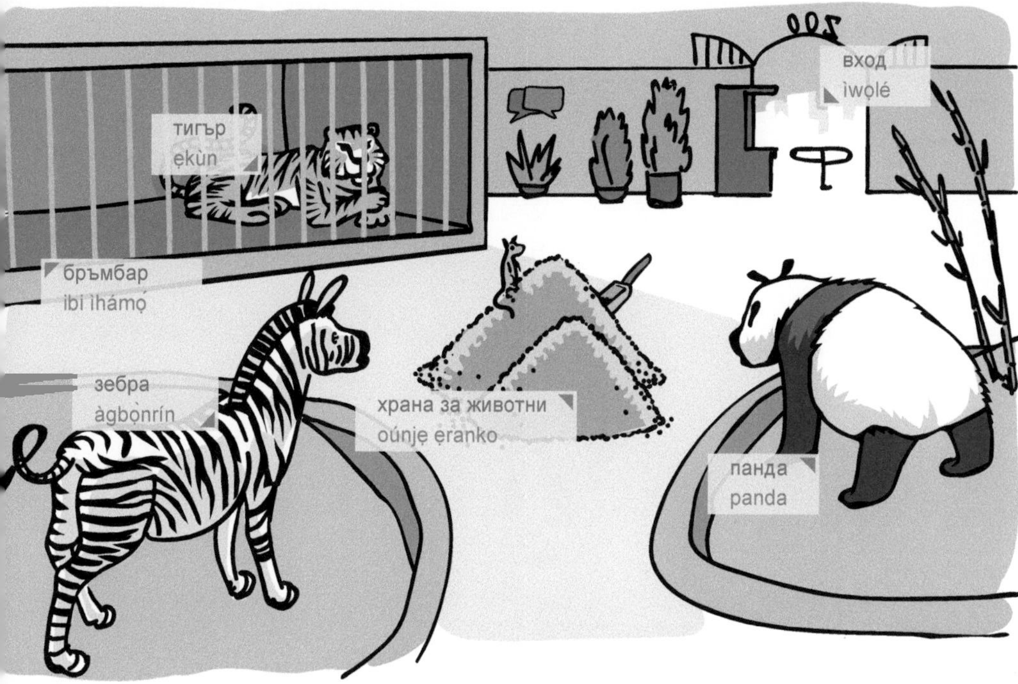

вход
ìwọlé
тигър
ẹkùn
бръмбар
ibi ìhámọ́
зебра
àgbọ̀nrín
храна за животни
oúnjẹ ẹranko
панда
panda

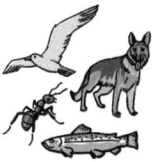

животни

àwọn ẹranko

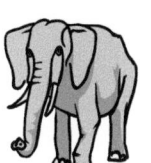

слон

erin

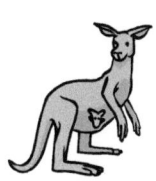

кенгуру

kangaruu

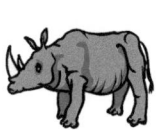

носорог

raino

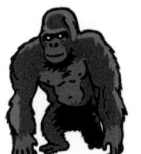

горила

ọ̀bọ lagido

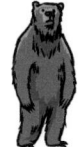

мечка

biari

камила

ke̩te̩ke̩te̩

щраус

e̩ye̩ agùnlo̩rùn

лъв

kìnìún

маймуна

o̩bo̩

фламинго

yo̩jayo̩ja

папагал

ayékòótó̩

бяла мечка

biari omi

пингвин

pinguin

акула

şaki

паун

o̩kín

змия

ejò

крокодил

o̩nì

пазач в зоологическа
градина

olùto̩jú ibi e̩ranko

тюлен

sili

ягуар

jagua

пони

poni

леопард

ẹkùn

хипопотам

ẹran omi

жираф

jirafi

орел

àṣá

диво прасе

ẹlẹ́dẹ̀ igbó

риба

ẹja

костенурка

ìjàpá

морж

wọrọsi

лисица

kọ̀lọ̀kọ̀lọ̀

газела

gasẹli

американски футбол
Bọ́ọ̀lù àfẹsẹ̀gbá Amẹrika

колоездене
kẹkẹ́

тенис
tẹnisi

баскетбол
bọ́ọ̀lù agbọ̀n

плуване
ìwẹ̀ odò

бокс
ẹlẹsẹ́ẹ́

хокей на лед
ọki yìnyín

футбол

bọ́ọ̀lù àfẹsẹ̀gbá

бадминтон

badmintin

лека атлетика

àwọn tí ń sáré

хандбал

bọ́ọ̀lù ọlọ́wọ́

ски бягане

eré orí yìnyín

поло

polo

дейности

àwọn iṣẹ́

смея се
rẹ́rìín
скачам
fò
прегръщам
dìmọ́
вървя
rìn
пея
kọrin
сънувам
àlá
моля се
gbàdúrà
целувам
fẹnukò

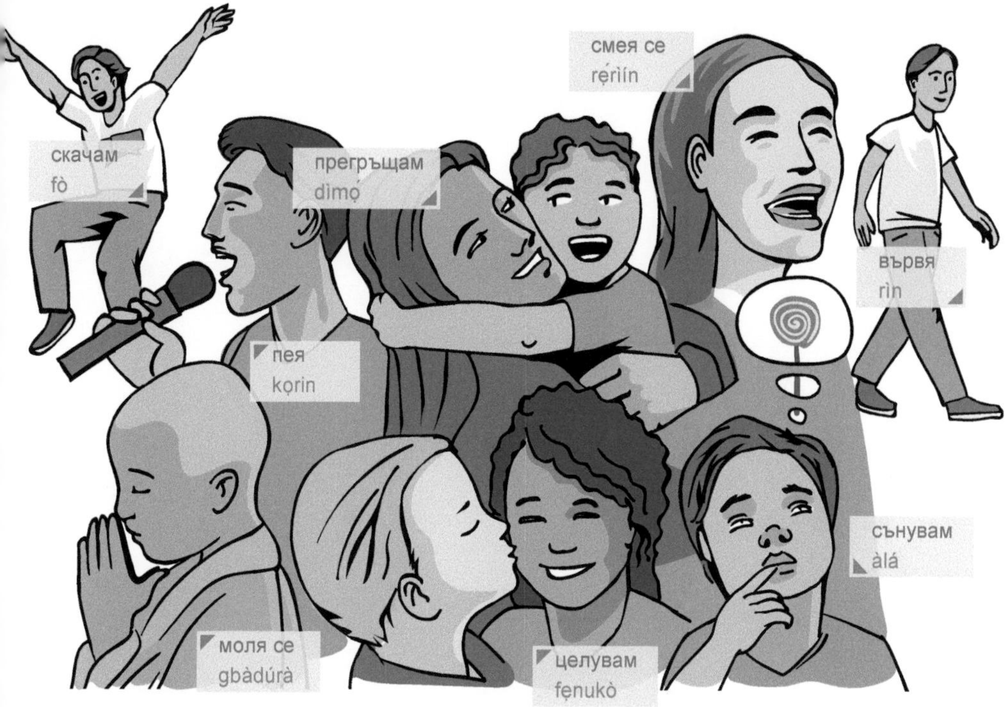

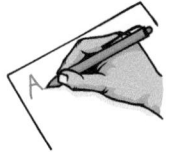

пиша

kọ̀wé

рисувам

yàwòrán

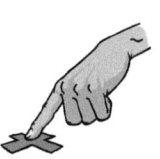

показвам

fihàn

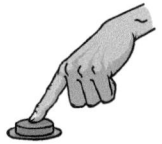

бутам

tì

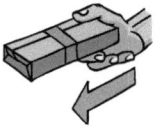

давам

funni

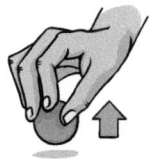

взимам

mú

имам

ní

правя

şe

съм

jẹ́

стоя

dúró

тичам

sáré

дърпам

fà

хвърлям

jù

падам

şubú

лежа

parọ́

чакам

dúró

нося

gbé

седя

jókòó

обличам

múra

спя

sùn

събуждам се

jí

разглеждам

wo

плача

kígbe

милвам

ọ̀pá

реша се

ìlarun

говоря

sọ̀rọ̀

разбирам

lóye

питам

bèrè

слушам

tẹ́tí

пия

omi

ям

jẹun

разтребвам

palẹ̀mọ́

обичам

ifẹ́

готвя

dáná

карам автомобил

wakọ̀

летя

fò

плавам (с платна)

ìgbín

смятане

ṣírò

чета

kàwé

уча

kọ́

работя

ṣiṣẹ́

женя се

gbéyàwó

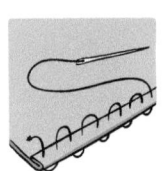

шия

ránṣo

измивам си зъбите

fọ eyín

убивам

pa

пуша

mu sìgá

изпращам

firánṣẹ́

семейство

ẹbí

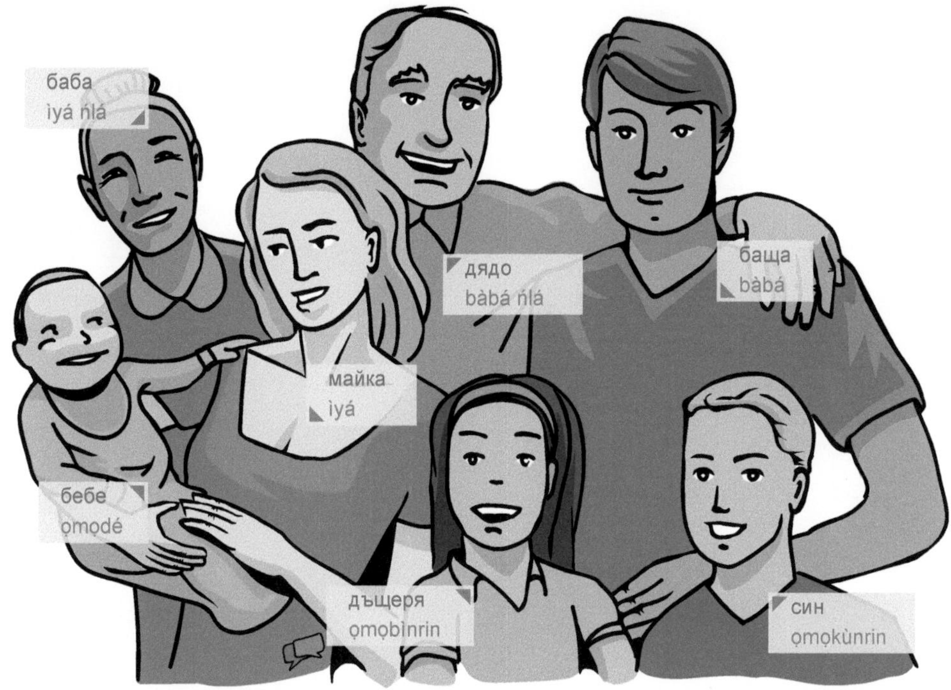
баба
ìyá ńlá
дядо
bàbá ńlá
баща
bàbá
майка
ìyá
бебе
ọmọdé
дъщеря
ọmọbìnrin
син
ọmọkùnrin

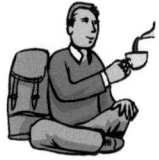

посетител

àlejò

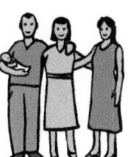

леля

àbúrò ìyá

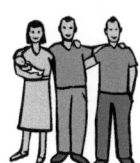

чичо

àbúrò bàbá

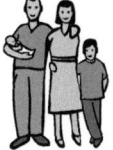

брат

arákùnrin

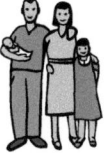

сестра

arábìnrin

тяло

ara

чело
iwájú orí
око
ẹyinjú
рамо
èjìká
пръст
ìka
лице
ojú
брадичка
àgbọ̀n
ръка
ọwọ́
гърди
ọyàn
крак
ẹsẹ̀
ръка
apá

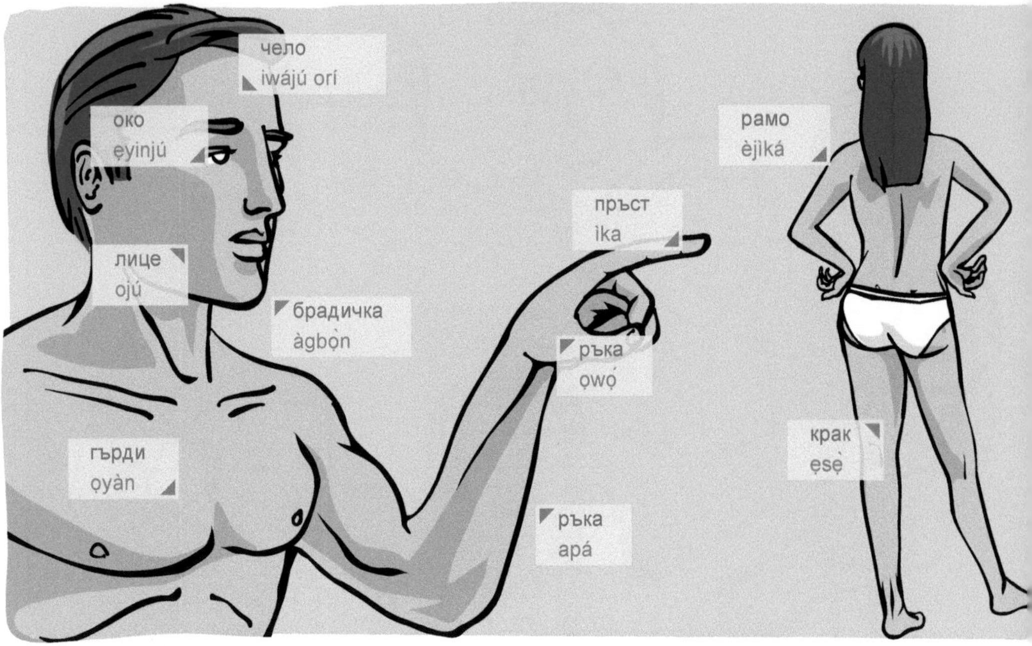

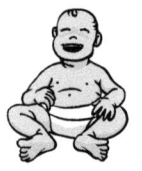

бебе

ọmọdé

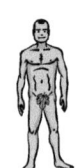

мъж

ọkùnrin àgbà

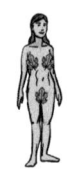

жена

obìnrin àgbà

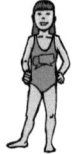

момиче

obìnrin

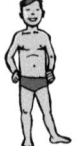

момче

ọkùnrin

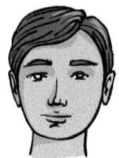

глава

orí

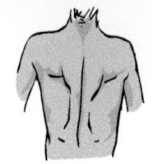

гръб
ẹ̀yìn

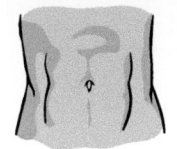

корем
inú

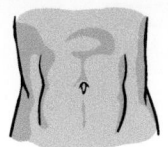

пъп
ìdodo

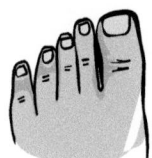

пръст на крака
ìka ẹsẹ̀

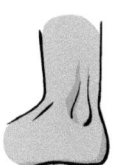

пета
ẹ̀yìn ẹsẹ̀

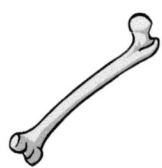

кост
egungun

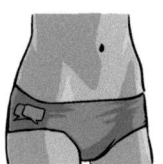

хълбок
ìbàdí

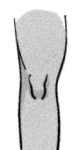

коляно
orúnkún

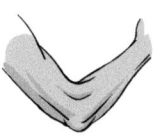

лакът
ìgúpá

нос
imú

седалище
ìdí

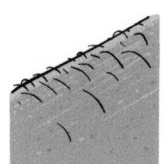

кожа
awọ

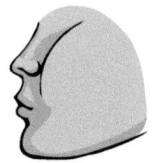

буза
ẹ̀rẹ̀kẹ́

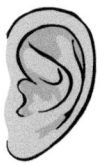

ухо
etí

устна
ètè

уста

ẹnu

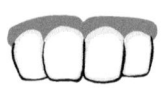

зъб

eyín

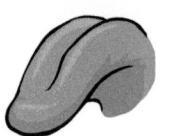

език

ahọ́n

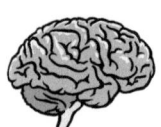

мозък

ọpọlọ

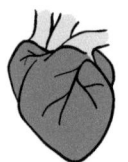

сърце

ọkàn

мускул

iṣan

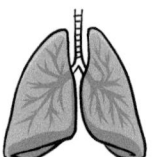

бял дроб

ìfun

черен дроб

ẹ̀dọ̀

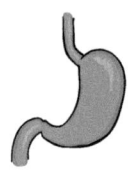

стомах

ikùn

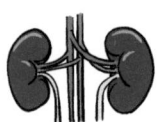

бъбреци

kíndìrín

полово сношение

ìbálòpọ̀

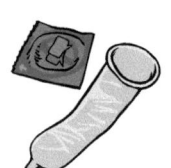

кондом

rọbà àbò

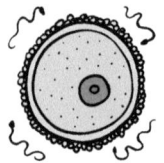

яйцеклетка

ofumu

сперма

àtọ̀

бременност

oyún

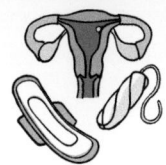

менструация

ǹkan oṣù

вагина

òbò

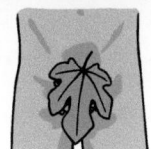

пенис

okó

вежда

ìpénpéjú

коса

irun

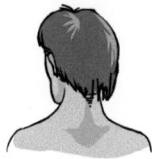

шия

ọrùn

болница

ilé ìwòsàn

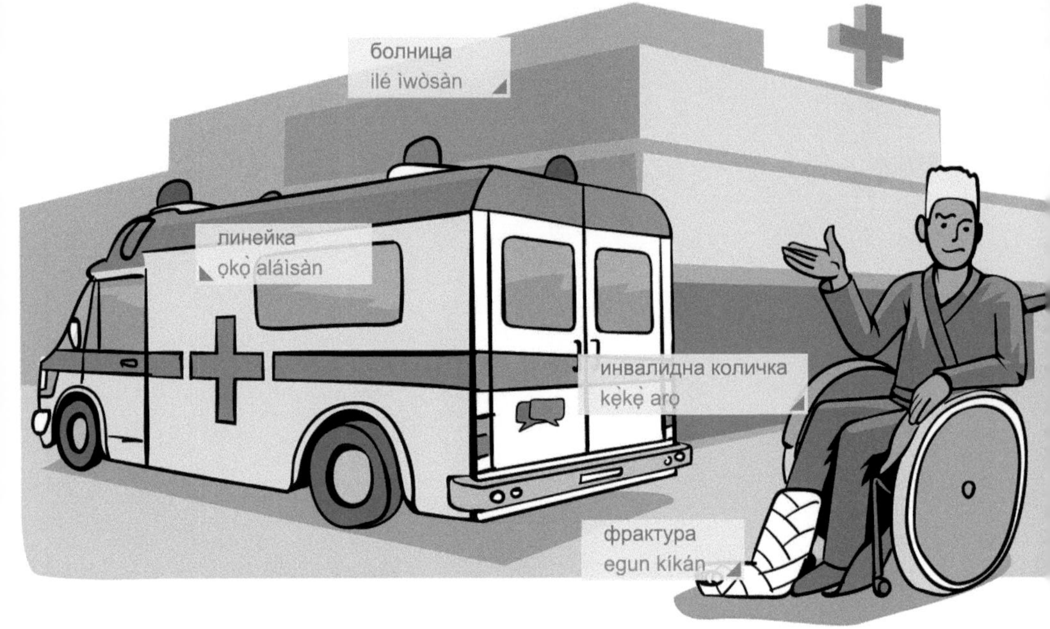

болница
ilé ìwòsàn
линейка
ọkọ̀ aláìsàn
инвалидна количка
kẹ̀kẹ́ arọ
фрактура
egun kíkán

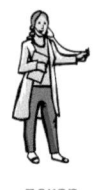

лекар

dókítà

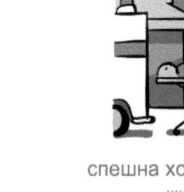

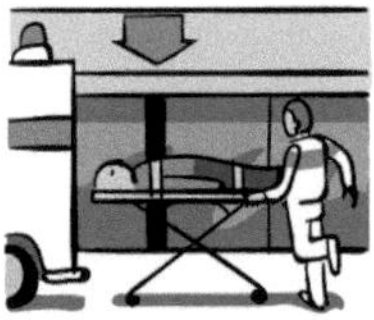

спешна хоспитализация

yàrá pàjáwìrì

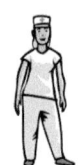

медицинска сестра

nọ́ọ̀sì

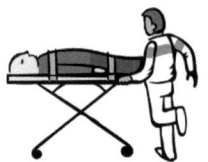

спешен случай

pàjáwìrì

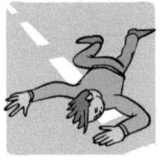

в безсъзнание

dákú

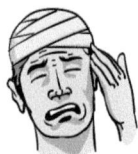

болка

ìrora

нараняване

egbò

кървене

ẹ̀jẹ̀ dídà

инфаркт

àìsàn ọkàn

инсулт

rọpárọsẹ

алергия

àlébù ògùn

кашлица

ikọ

температура

ibà

грип

ọ̀finkìn

диария

ìgbẹ́ gburu

главоболие

ẹ̀fọ́rí

рак

jẹjẹrẹ

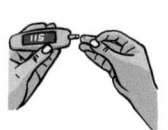

диабет

ìtọ̀ ṣúgà

хирург

alábẹ

скалпел

abẹfẹ́lẹ́

операция

iṣẹ́ abẹ

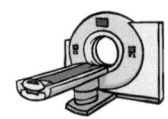

компютърна томография
CT

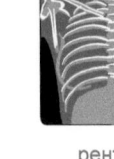

рентген
x-ray

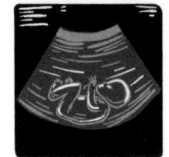

ултразвук
ọtirasandi

маска
aṣọ ìbòjú

болест
àrùn

чакалня
yàrá ìdúró

патерица
ọ̀pá

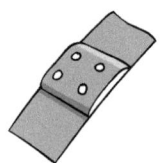

пластир
àlẹ̀mọ́

превръзка
aṣọ àfiwé

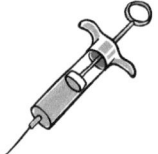

инжекция
abẹ́rẹ̀

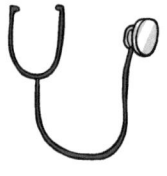

стетоскоп
àyẹ̀wò èémì

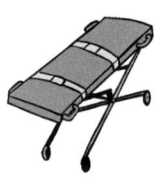

носилка
àtẹ aláìsàn

термометър
ẹ̀rọ iwọ̀n oru ilé ìwòsàn

раждане
ìbí

наднормено тегло
ìsanrajù

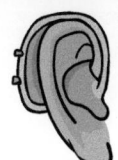

слухов апарат

ẹ̀rọ àfigbọ́rọ̀

дезинфекционно средство

apa kòkòrò

инфекция

àkóràn

вирус

kòkòrò

HIV / AIDS

Àrùn HIV / AIDS

медицина

ògùn

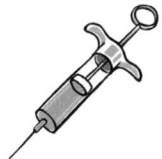

ваксинация

àjẹsára

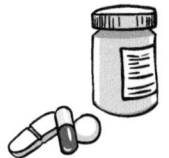

таблети

tabulẹti

противозачатъчна таблетка

ògùn

спешно телефонно обаждане

ìpè pàjáwirì

апарат за измерване на кръвното налягане

atọpinpin ẹ̀jẹ̀ ríru

болен / здрав

àìsàn / lera

сигнал за тревога

ìtanijí

нападение

ìluni

Помощ!

Ìrànlọ́wọ́!

атака

ìdójukọ

опасност

ewu

аварien изход

ìjáde pàjáwìrì

Пожар!

Iná!

пожарогасител

panápaná

злополука

ìjàmbá

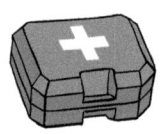

комплект за оказване на
първа помощ

àpótí ìtọjú aláisàn

SOS

SOS

полиция

ọlọ́pàá

Европа

Yuropu

Северна Америка

North Amerika

Южна Америка

South Amerika

Африка

Afirika

Азия

Esia

Австралия

Ọsirelia

Атлантически океан

Atlantic

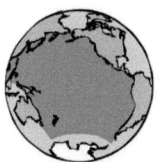

Тихи океан

Pacific

Индийски океан

Indian Ocean

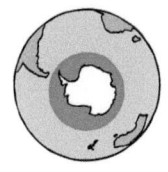

Южен ледовит океан

Antarctic Ocean

Северен ледовит океан

Arctic Ocean

Северен полюс

Òpó Ìlà Òrùn

Южен полюс

Òpó Ìwọ̀ Òrùn

Антарктида

Antarctica

Земя

Ayé

суша

ilẹ̀

море

òkun

остров

erékùsù

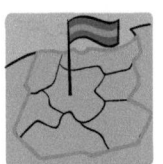

нация

orílẹ̀-èdè

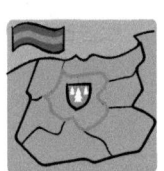

държава

ìpínlẹ̀

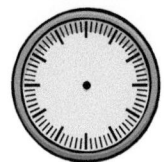

циферблат

ojú aago

стрелка на часовете

ọwọ́ wákàtí

стрелка на минутите

ọwọ́ ìsẹ́jú

стрелка на секундите

ọwọ́ ìsẹ́jú àáyá

Колко е часът?

Kínni aago sọ?

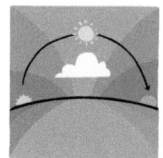

ден

ojọ́

време

àkókò

сега

báyìí

дигитален часовник

aago onínọ́mbà

минута

ìsẹ́jú

час

wákàtí

понеделник
Ojọ́ ajé

сряда
Ojọ́rú

петък
Ojọ́ ẹtì

вторник
Ojọ́ ìṣẹ́gun

събота
Ojọ́ àbámẹ́ta

четвъртък
Ojọ́bọ

неделя
Ojọ́ àìkú

вчера

àná

днес

òní

утре

ọla

сутрин

àárọ̀

обед

ọsán

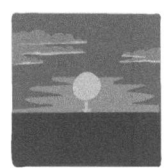

вечер

ìrọlẹ́

работни дни

àwọn ojọ́ iṣẹ́

уикенд

ìparí ọsẹ̀

година
ọdún

дъжд
òjò
дъга
òṣùmàrè
сняг
yìnyín
вятър
afẹ́fẹ́
пролет
ìgbà otútù díẹ̀
есен
ìgbà oru díẹ̀
лято
ìgbà oru
зима
ìgbà otútù

4.APRIL 11°
5.APRIL 4°
6.APRIL 13°
7.APRIL 8°
8.APRIL 10°

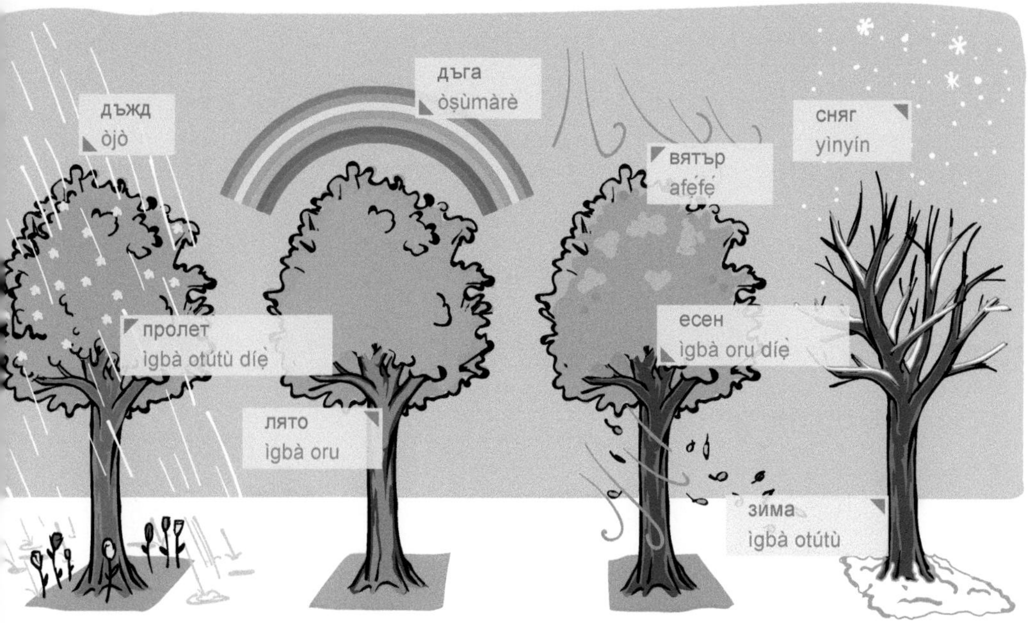

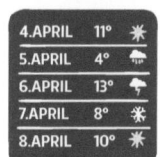

прогноза за времето

ìsọtẹ́lẹ̀ ojú-ọjọ́

F C
120 40
90 30
60 20
30 10
0 0
-30 -10
-20

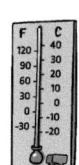

термометър

ẹ̀rọ ìwọ̀n oru

слънчева светлина

ìtànsán òrùn

облак

òfurufú

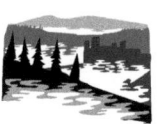

мъгла

ọ̀pọ̀lọ̀

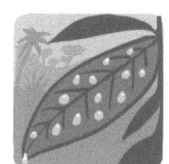

влажност на въздуха

ọ̀gìnniti

светкавица

iná

гръмотевица

àrá

буря

ijì

градушка

kùrukùru

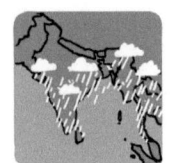

мусон

afẹ́fẹ́

наводнение

àgbàrá

лед

omi dídì

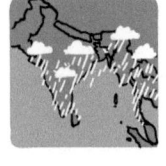

януари

Oṣù kínní

февруари

Oṣù kejì

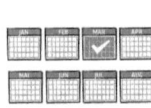

март

Oṣù kẹẹ̀ta

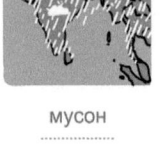

април

Oṣù kẹẹ́rin

май

Oṣù kaàrún

юни

Oṣù kẹfà

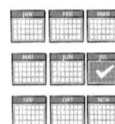

юли

Oṣù keèje

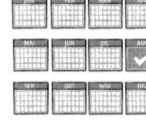

август

Oṣù keẹ̀jọ

септември

Oṣù kẹẹ́sán

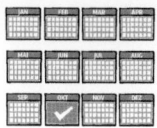

октомври

Oṣù keèwá

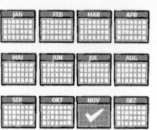

ноември

Oṣù kọkànlá

декември

Oṣù kejìlá

кръг

róbótó

квадрат

onígun mẹ́rin dọ́gba dọ́gba

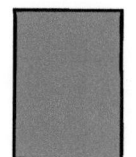

четириъгълник

onígun mẹ́rin

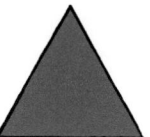

триъгълник

onígun mẹ́ta

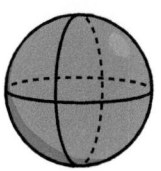

сфера

sifia

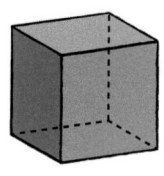

куб

kubu

бял

funfun

жълт

yẹlo

оранжев

olómi ọsàn

розов

pinki

червен

pupa

лилав

pọpu

син

bulu

зелен

aláwọ̀ ewé

кафяв

buranu

сив

rẹsúrẹ́sú

черен

dúdú

много / малко

ọ̀pọ̀ / níwọ̀nba

ядосан / спокоен

bínnú / farabalẹ̀

красив / грозен

rẹwà / òbùrẹ̀wà

начало / край

bíbẹ̀rẹ̀ / òpin

голям / малък

ńlá / kékeré

светъл / тъмен

mọ́lẹ̀ / dúdú

брат / сестра

arákùnrin / arábìnrin

чист / мръсен

mímọ́ / dọtí

пълен / непълен

parí / àìparí

ден / нощ

ojọ́ / alẹ́

мъртъв / жив

kú / àyè

широк / тесен

fẹ̀ / tínrín

ядлив / неядлив

jíjẹ / àìlèjẹ

сърдит / любезен

ibi / dára

развълнуван / скучаещ

dunnú / sísú

дебел / тънък

tóbi / tínrín

най-напред / най-накрая

àkọ́kọ́ / ìgbẹ̀yìn

приятел / враг

ọ̀rẹ́ / ọ̀tá

пълен / празен

kún / ṣófo

твърд / мек

le / rọ̀

тежък / лек

wúwo / fúyẹ́

глад / жажда

ebi / òhùngbẹ

болен / здрав

àìsàn / lera

нелегален / легален

tàpá sófin / bá òfin mu

интелигентен / глупав

ọlọ́gbọ́n / òmùgọ̀

ляво / дясно

òsì / ọ̀tún

близо / далече

tòsí / jìnnà

нов / употребяван

tuntun / àlòkù

нищо / нещо

àìsí nkan / níní nkan

стар / млад

arúgbó / òdọ́

вкл. / изкл.

tàn / kú

отворен / затворен

ṣí / padé

тих / силен (звук)

dákẹ́ / pariwo

богат / беден

lọ́rọ̀ / tòsì

правилен / погрешен

tọ̀nà / àìtọ̀nà

грапав / гладък

àìdán / dán

тъжен / щастлив

banújẹ́ / dunú

дълъг / къс

kúrú / gùn

бавен / бърз

lọra / yára

мокър / сух

tutù / gbẹ

топъл / студен

lọ́wọ́rọ́ / otútù

война / мир

ogun / àlàfìà

0

нула

òdo

1

едно

méní

2

две

méjì

3

три

mẹ́ta

4

четири

mẹ́rin

5

пет

márùún

6

шест

mẹ́fà

7

седем

méje

8

осем

mẹ̀jọ

9

девет

mẹ́sàán

10

десет

mẹ́wàá

11

единадесет

mọ́kànlá

12
дванадесет
méjìlá

13
тринадесет
mẹ́tàlá

14
четиринадесет
mẹ́rìnlà

15
петнадесет
mẹdogun

16
шестнадесет
marundinlógún

17
седемнадесет
mẹ́tàdínlógún

18
осемнадесет
méjìdínlógún

19
деветнадесет
mọ́kàndínlógún

20
двадесет
ogún

100
сто
ọgọ́rùún

1.000
хиляда
ẹgbẹ̀rún

1.000.000
милион
miliọnu

английски

Gẹẹ̀sì

американски английски

Gẹẹ̀sì Ilẹ̀ Amẹ́ríkà

китайски мандарин

Mandarini Ṣaina

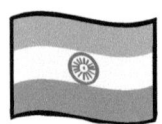

хинди

Hindi

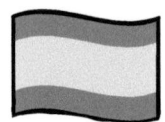

испански

Sipaniṣi

френски

Faransé

арабски

Lárúbáwá

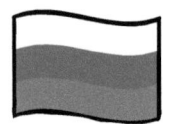

руски

Rọ̀ṣia

португалски

Pọtugi

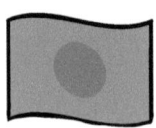

бенгалски

Bẹngali

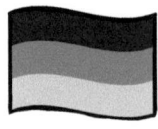

немски

Jamani

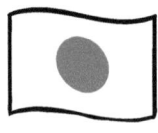

японски

Japanisi

аз

Èmi

ти

ìwọ

той / тя / то

ọkùnrin / obìnrin / nkan

ние

àwa

вие

ìwọ

те

àwọn

кой?

tani?

какво?

kínni?

как?

báwo?

къде?

níbo?

кога?

nígbà wo?

име

orúkọ

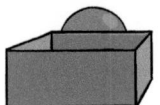

зад

lẹ́yìn

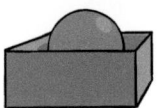

в

inú

пред

níwájú

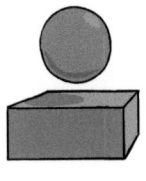

над

lókè

върху

lórí

под

lábẹ́

до

lẹ́gbẹ̀ẹ́

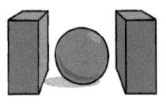

между

láàrín

място

ibi